இந்திய நாத்திகமும் மார்க்சீயத் தத்துவமும்

நா.வானமாமலை

அறம்
பதிப்பகம்

இந்திய நாத்திகமும் மார்க்சீயத் தத்துவமும்

நா.வானமாமலை

முதல் பதிப்பு: டிசம்பர் 2022

வெளியீட்டு எண்: 67

வெளியீடு: அறம் பதிப்பகம்

Indhia Nathikamum Marxia Thathuvamum

Author: Na. Vaanamaamalai

First Edition: December 2022

Published by: Aram Publication
Address: No. 3/582, Mullai street,
Kasthuribai nagar, Mullipattu village & post
Arani Taluk - 632 316
Tiruvannamalai Dt., Tamil Nadu.
Contact Cell No: 9150724997
e-mail: arampublication50@gmail.com

Designer: G. Murugan

Printed at: Durga printers, Chennai-14

Pages: 48, Price: INR 60

ISBN: 978-93-91480-43-1

பொருளடக்கம்

முன்னுரை

தூத்துக்குடியில் மார்க்சீயம் கற்க விரும்பிய படிப்பாளிகள் குழுவிற்காக நான் "இந்திய நாத்திகமும், மார்க்சீயமும்" என்ற தலைப்பில் குறிப்புகள் தயாரித்தேன். இந்திய நாத்திகம் பற்றிய விவரங்கள் (facts) முழுவதும் மார்க்சீயப் பேரறிஞர் தேவி பிரஸாத் சட்டோபாத்யாயாவின் 'Indian Atheism' என்னும் நூலில் இருந்து பெறப்பட்டவை. ஆனால் இந்நூல் அந்நூலின் சுருக்கமோ, மொழிபெயர்ப்போ அன்று. தேவி பிரஸாத் விளக்காமல் விட்டுவிட்ட பல கூறுகளை நான் விளக்கியுள்ளேன். மார்க்ஸ், எங்கெல்ஸ், லெனின் கூற்றுக்களை அவர்கள் நூல்களில் இருந்தே மேற்கோளாகக் கொடுத்துள்ளேன். பொதுவாக இதுவோர் மூலநூல்.

இது எழுதக் காரணமாயிருந்தது தூத்துக்குடி படிப்பாளிகள் குழுவும், தேவி பிரஸாத்தின் நூலும். இக்குழுவிற்கும், எனது நண்பர் தேவி பிரஸாத்திற்கும் நான் பெரிதும் கடமைப் பட்டுள்ளேன்.

இதை வெளியிடும் நியூ செஞ்சுரி புக் ஹவுஸ் பிரைவேட் லிமிடெட் வெளியீட்டாளர்களுக்கு என் அன்பு கலந்த நன்றி.

நா.வானமாமலை

'ஆராய்ச்சி'
02.09.1978
258, திருச்செந்தூர் ரோடு,
பாளையங்கோட்டை.

இந்தியத் தத்துவச் சிந்தனை முழுவதும் கடவுள் கொள்கையா?

"இந்தியாவின் தத்துவ சிந்தனை ஆன்மீக வாதத்தை, கடவுள் தத்துவத்தை அடிப்படையாகக் கொண்டது" என்ற நம்பிக்கையை கட்டுப்பாடாகப் பல தத்துவவாதிகளும், ஜகத் குருக்களும், புராணப் பிரசங்கிகளும் பிரச்சாரம் செய்து வருகிறார்கள். உதாரணமாக எஸ். ராதாகிருஷ்ணன் தமது இந்திய தத்துவம் என்னும் நூலில் கீழ்வருமாறு கூறுகிறார்:

"இந்திய தத்துவம் ஆன்மீகவயமானது. அதன் உள்ளார்ந்த ஆன்மீக வலிமைதான், காலத்தை வென்று, வரலாற்றில் தோன்றிய ஆபத்துக்களை மீறி இந்தியா நிலைத்து நிற்பதற்குக் காரணம். ஆன்மீக நோக்கு தான் இந்திய வாழ்க்கையில் ஆதிக்கம் செலுத்தி வந்திருக்கிறது. இந்திய மனத்தின் திடகாத்திரமான ஆன்மீக சிந்தனைதான் அதன் பண்பாட்டையும், தத்துவத்தையும் வழிப்படுத்துகிறது. ஜீவான்ம, பரமான்ம ஐக்கியத்திற்கான சிந்தனைகளும், முயற்சிகளுமே ஆன்மீக நோக்குகளின் செயல்பாட்டு வெற்றிக்குக் காரணமாகும்."

"இந்த ஆன்மீகச் சிந்தனையே, மேநாட்டு விமர்சன அறிவியல், பொருள்முதல்வாதச் சிந்தனைகளுக்கு முரண்பட்டு நிற்கிறது. அந்தராத்மாவின் குரலாக இந்தியச் சிந்தனை இருப்பும், வளர்ச்சியும் அடைந்துள்ளது. மேநாட்டுச் சிந்தனை விஞ் ஞானம், தருக்கம், மனிதாபிமானம் ஆகிய கருத்துக்களில் அழுத்தம் கொடுக்கிறது. இவை யாவும் 'மனத்தின்' செயல்கள். மனத்தைவிட ஆழ்ந்த ஒருண்மை 'ஆன்மா'. இதைப் பகுத்தறிவினாலோ, தருக்கங்களாலோ அறிய முடியாது. உள்ளுணர்வினால்தான் உணர முடியும். இந்துக்களுக்கு தத்துவக் கட்டமைப்பு என்பது உள்ளுணர்வு, அந்தராத்மாவின் செயல்களின் விளைவே. பகுத்தறிவினால் ஆன்மாவை அறிய முடியாது. இதனால்தான் இந்து தத்துவங்களைத் 'தரிசனங்கள்' என்று அழைக்கிறோம். கடவுளை அறிவதென்பது

அவராகவே ஆகிவிடுவதுதான். புற உலகிற்கு இச்செயலில் தொடர்பு எதுவும் இல்லை. மேநாட்டு அறிஞர்கள் விமர்சன அறிவைப் பயன்படுத்துகிறார்கள். ஆனால் கிழக்கத்திய ஞானிகள் "படைப்பாக்கமுள்ள உள்ளுணர்வையே சார்ந்து நிற்கிறார்கள்." இவ்வாறு தருக்க முறைகளையும், அறிவியல் ஆராய்ச்சியையும் முக்கியமற்றவை என்று ஒதுக்கிவிட்டு, நிலையான, உண்மையான வாழ்க்கைக்கு கடவுளை நம்பி அவராகவே ஆகும் முயற்சியை மேற்கொள்ளுமாறு இந்திய தத்துவங்கள் போதிக்கின்றன"

என்று எஸ். ராதாகிருஷ்ணன் எழுதுகிறார். "இந்தியத் தத்துவங்கள் அனைத்து வாழ்க்கையின் மகத்தான உண்மையான கடவுளை ("One great fact of life God") அறிவதையே நோக்கமாகக் கொண்டுள்ளன." "உபநிஷதங்களில் இலைமறை காயாகக் கூறப்பட்ட இந்த மகத்தான உண்மையை, பின்னர் தோன்றிய தத்துவங்களெல்லாம் விளக்கிக் கூறுவனவே. ஆன்மா கடவுள் பற்றிய சிந்தனையின் விளக்கவுரையாகவே பிற்கால இந்த தத்துவங்கள் விளங்குகின்றன". ராதாகிருஷ்ணன் எழுத்துக்களில் இருந்து இவ்வளவு விரிவாக மேற்கோள் கொடுக்க வேண்டியதன் அவசியம், அவர் எல்லா ஆன்மீக வாதிகளின் பிரதிநிதியாக மிக அழுத்தமாக அவருடைய கருத்தைச் சொல்லுகிறார் என்பதனால்தான். இக்கருத்து மிகவும் தைரியமாகவே வெளியிடப்பட்டுள்ளது. இந்திய ஆன்மீக வாதத்தின் மீது ராதாகிருஷ்ணன் கொண்டுள்ள வலுவான பிடிப்பு அவரைத் தம் கருத்துக்களைப் பயமில்லாமல் சொல்ல வைக்கிறது. ஏனெனில் தைத்திரிய உபநிஷதம் பின்வருமாறு கூறுகிறது: "பிரம்மத்தின் ஆனந்தத்தை அறிந்தவன் எக்காலத்தும் பயப்பட மாட்டான்." இதை நம்புகிறவர் அல்லவா ராதாகிருஷ்ணன்? இக்கூற்றுக்கு இந்திய தத்துவங்களில் ஆதாரம் ஏதாவது ராதாகிருஷ்ணன் தருகிறாரா? இல்லையே! ராதாகிருஷ்ணன் சிலாகித்துப் பேசும் "உள்ளுணர்வு" பற்றி குமரில்லபட்டர் எள்ளி நகையாடுகிறார். இவர் ஆதிசங்கரரின் குருவென்று கருதப்படுகிறார். இவரது காலம் 6–ம் நூற்றாண்டு. ராதாகிருஷ்ணனது 'ஆன்மீகம்', 'கடவுள்', 'உள்ளுணர்வு' என்ற கருத்துக்கள் இந்தியத் தத்துவங்களில் ஒரு சிறுபான்மையினரின் கொள்கைகளே. சிந்தனை உலகிலேயே மிகவும் சிறப்பான

தருக்க வாதத்தில் 'கடவுள் இன்மை'க் கொள்கையை இந்திய தத்துவங்களில் பெரும்பாலானவை பேசுகின்றன. இவ்வாறு நான் சொல்வது திகைப்பூட்டுவதாக இருக்கலாம். ஆனால் நான் சொல்வதற்கு ஏராளமான சான்றுகள் உண்டு. "கடவுள் இன்மை"க் கொள்கையைத்தான் தற்காலத்தில் 'நாத்திகம்' என்றழைக்கிறோம். இக்கொள்கை இந்தியத் தத்துவ வரலாற்றில் மிகவும் பழமையானது. நடுக்காலத்தில்கூட இக்கொள்கைக்காகப் போராடிய போராளிகள் இருந்தார்கள். வேதங்களை நம்பாமல், அவற்றை மறுத்துப் பேசியவர்களைப் பற்றி அந்நூல்களிலேயே சான்றுகள் உள்ளன. இவர்களை நாத்திகர் என வேதங்களை நம்பியவர்கள் அழைத்தார்கள். இவர்களை வேதப்பாடல்களை இயற்றிய கவிகள் 'விதண்டாவாதிகள்" என அழைத்தார்கள். ராமாயணம், பாரதம் முதலிய இதிகாசங்கள் இவர்களைப் பற்றியப் பேசுகின்றன. அவை சாருவாகர், லோகாயதர், பூதவாதிகள் என்று இவர்களைக் குறிப்பிடும். இவர்கள் முரணற்ற நாத்திகவாதக் கொள்கையைக் கடைப்பிடித்தவர்கள். சாங்கியவர்கள் 'பிரக்ருதி பிரதானம்' என்ற கொள்கையுடையவர்கள். பிரக்ருதி என்ற பொருளில் இருந்துதான் அதன் இயக்க வளர்ச்சியால் புத்தி, சித்தம் முதலிய மனம் தொடர்பான இயல்புகள் தோன்றின என்று சாங்கியவாதிகள் நம்பினார்கள். அவர்களுடைய பண்டைத் தத்துவத்தில் படைப்பாளி என்ற கடவுளுக்கு இடம் கிடையாது. பொருளின் இயற்கையால்தான் உலகம் இயங்கி பரிணாம மாற்றம் அடைகிறது என்ற கருத்துத்தான் இருந்தது. இக்கொள்கைக்கு கடவுள் இல்லாத சாங்கியம் என்று பிற்கால 'கடவுள் உண்டு' என்று கூறிய தத்துவவாதிகள் பெயரிட்டழைத்தனர். அவர்கள் சாங்கியத்தில் கடவுளைப் புகுத்தி யேஸ்வரசாங்கியம் (கடவுளோடு கூடிய சாங்கியம்) என்றவோர் தத்துவத்தைப் படைத்தார்கள். பழமையான (பூர்வ) சாங்கியத்தில் கடவுள் கருத்து இல்லை. ஒரு தற்காலத் தத்துவாசிரியர் கூறுகிறார்: "புற உலகும், அக உலகும், பிரக்ருதி (பொருள்) என்ற வஸ்துவின் பரிணாம வளர்ச்சியின் விளைவுகளாகும். இச்செயல் தொடருக்கு பிரக்ருதிக்கு வெளியேயுள்ள எந்த சக்தியும் தேவை இல்லை." எனவே

சாங்கியம் பொருள் முதல்வாத அடிப்படையில் நாத்திகத்தைக் கொள்கையாகக் கொண்டிருந்தது.

பண்டைய மீமாம்சகர்கள் இந்திய ஆன்மீகவாதத்தின் பரம விரோதிகள். பூர்வ மீமாம்சகர்கள் வேதத்தில் கூறப்பட்டுள்ள யக்ஞங்களை ஆதரிப்பவர்கள். இவை இனக்குழு சமுதாயத்தில் தோன்றிய மந்திர, மதச்சடங்குகள், மதச்சடங்குகளில் பல்வேறு தேவர்களை அவர்கள் வழிபட்டார்கள். ஒவ்வொரு யக்ஞத்திற்கும் ஒரு அதி தேவதை உண்டு. அவர்கள் அக்னி, வருணன், இந்திரன், வசுக்கள், வாயு முதலிய இயற்கைச் சக்திகள். இச்சக்திகளை மனித உருவம் கொடுத்து, படிமங்கள் இன்றியே அவர்கள் வழிபட்டார்கள். 'ஒருவனே தேவன்' என்ற கடவுள் கொள்கை அவர்களுடைய சிந்தனையில் இல்லை. பிற்காலத்தில் இனக்குழுக்கள் அழிக்கப்பட்டு, அரசுகள் தோற்றம் கொள்கிற காலத்தில் அரசர்களுக்காக யாகங்கள் செய்து, அரசர்களது புகழை வளர்க்க இவர்கள் புரோகிதர்களாக மாறினார்கள். அப்பொழுதும் பல தெய்வ வணக்கத்தை மேற்கொண்டு கடவுளை எதிர்த்தார்கள். இவர்களே பூர்வ மீமாம்சகர்கள். இவர்களுடைய கருத்துக்கள் வளர்ச்சியடைந்த நாத்திக சிந்தனையாகும். நியாய வைசேசிகர்களுடைய நிலை சந்தேகத்துக்கு இடம் தருவது. பௌத்தம் கடவுளையும் ஆன்மாவையும் மறுக்கிறது. ஜைனர்களுடைய கொள்கை சந்தேகமானது. எனினும் அவர்கள் தங்கள் சமயத்தைப் போதித்த 23 தீர்த்தங்கரர்களின் அறிவையே தெய்வமாகக் கருதினர்கள். எனவே இந்திய நாத்திகம் பல்வேறு கொள்கைகளையுடைய பலவிதமான சமயக் கொள்கைகளை உடையவர்களோடு நேச உறவு கொண்டிருந்தது. இதிலிருந்துதான் அதன் பலவீனம் தோன்றுகிறது. ஆனால் இந்திய நாத்திகர்களது பொதுவான தருக்கம் இதுதான். தவறான தருக்க முறைகளால்தான் 'கடவுள்' என்ற கருத்தையடைய முடியும். கடவுள் என்ற கொள்கை பொய்யான ஒரு நம்பிக்கையை நிஜம் என்று கருதுவதுதான். இந்தப் பொய்யை, பொய் என்று நிரூபிப்பதே இந்திய நாத்திகத்தின் கடமையாக இருந்தது.

கடவுள் இல்லையென்றால், கடவுள் என்ற பேரின் மீது தோன்றி வளர்ந்துள்ள, அடிமரம், கிளைகள் போன்ற வேறு

நம்பிக்கைகளையும் உதறித்தள்ளியிருக்க வேண்டும். அவ்வாறு செய்யாமல் கடவுள் என்ற ஒரே ஒரு நம்பிக்கையைப் பொய் என்று நிரூபிப்பதிலேயே அவர்களது சிந்தனை முயற்சியெல்லாம் குவிக்கப்பட்டிருந்தது. வேறு நம்பிக்கைகளான, நரகம், சுவர்க்கம், விதி என்பனவற்றை அவர்கள் மறுக்கவில்லை. இதற்கு ஒரு உதாரணம், கடவுளே மறுத்த மஹாயான பௌத்த விகாரைகளின் (பௌத்த மடங்களில்) சுவர்களில் பற்பல பேய்கள், பிசாசுகள், ஆவிகள், சிறு தெய்வங்கள், புத்தர்கள் ஆகியவற்றின் சிலைகளைக் காணலாம். இந்த மடங்களில் வாழ்ந்த பௌத்த பிட்சுக்கள் தாம், கடவுளை மறுக்கிற மிகவும் சிக்கலான தருக்க வாதங்களை உருவாக்கினார்கள். நாத்திகத்தை ஒப்புக்கொள்கிற தத்துவவாதிகளின் நோக்கங்கள் வெவ்வேறாயிருக்கலாம். ஆனால் 'கடவுள் இல்லை' என்பதற்கு அவர்கள் காட்டும் தருக்கவாதங்களில் ஒற்றுமை இருந்தது. பல கோணங்களில் தத்துவ சிந்தனையில் வேற்றுமை வெளிப்பட்ட போதிலும் நாத்திகம் மிகவும் திருப்தியளிக்கும் கருத்தாக இந்திய தத்துவவாதிகளுக்குத் தெரிந்திருக்கிறது. மூன்று கேள்விகளுக்கு நாத்திகமே சரியான விளக்கம் தருவதாக இந்தியத் தத்துவவாதிகள் கருதினர்.

1. ஒப்புக்கொள்ளப்பட்ட தருக்க முறைகள் பெற்றாலாவது கடவுள் உண்டு என்று நிரூபிக்க முடியுமா?
2. புற உலகின் தோற்றத்தை விளக்க கடவுள் உண்டு என்ற கொள்கை அவசியந்தானா?
3. மனித கதியை விளக்கவும், மனிதச் செயல்களை அறியவும், உலகை நெறிப்படுத்தும் ஓர் சக்தியை அவதானிப்பது அவசியமா?

இக்கேள்விகளுக்கு விடையளிக்க முயன்ற தத்துவவாதிகள் கடவுள் என்னும் கருத்தை நிராகரிக்கும்படியான நிலைமைக்குச் சென்றார்கள். இந்தியத் தத்துவங்களில் பல இக்கேள்விகளைவேறு பிரச்சினைகளோடு குழப்பாமல், தெளிவாகத் தருக்க முறைகளாலேயே விடைகாண முயன்றன. தங்கள் வேறு கொள்கைகளோடு தொடர்புபடுத்தாமல் இக்கேள்விகளுக்கு தருக்க ரீதியாக விடைகாண முயன்றார்கள். கடவுள் நம்பிக்கையை அதன் சுயமான மதிப்பில் அவர்கள்

ஆராய்ந்தார்கள். இக்கேள்விகளுக்கு பதில்களைத் தருக்க இயலிலேயே கண்டார்கள். பலவகை முரண்பாடுகள் வாய்ந்த இந்திய தத்துவங்களில், மேலே சொன்ன கவனத்தில்தான் ஒரு ஒருங்கமைப்பும், ஒரே விதமான சிந்தனைப் போக்கும் தோன்றியது. உலக கண்ணோட்டத்தில் வேறுபட்ட பல தத்துவங்கள், கடவுள் என்ற கருத்தை மட்டும் தருக்க ரீதியாக ஆராய்ந்ததால்தான், கடவுள் என்ற கருத்துக்கு எதிரான வாதங்கள் கூட ஒரே விதமாக உள்ளன. இந்தியத் தத்துவ வாதிகளில் மிகப் பலர் நாத்திகக் கொள்கையைக் கொண்டவர்கள். அவர்களுடைய தத்துவத் திறன் உலகிலேயே மிகச் சிறந்தது. உலக நாத்திக இலக்கியத்தில் இந்திய தத்துவத்தின் பங்கு மிக முக்கியமானது. இன்று கூட இந்திய நாத்திகவாதிகளின் தருக்க ரீதியான வாதங்களுக்கு கடவுள் வாதிகள் பதில் சொல்லுவது மிகவும் கடினம். அப்படியானால் மிகச் சிறந்த தத்துவ வாதிகளும், தருக்க நிபுணர்களும் நாத்திகவாதிகளாயிருந்தும், இந்தியாவில் நாத்திகம் பரவவில்லையே, ஏன்? வேதகால முதல் பெரியார் காலம் வரை தொடர்ச்சியான நாத்திகவாதம் இந்தியாவில் வழங்கி வந்திருந்தும் இங்கு மக்கள் தெய்வ நம்பிக்கை உடையவர்களாக இருப்பது ஏன்? இதன் காரணத்தை தத்துவ வேலிக்கு அப்பால் சென்று காணவேண்டும். கடவுள் நம்பிக்கைக்கு உணவு அளிக்கும் அடிப்படை எது? இக்கேள்விக்குப் பதிலளிக்க மார்க்சின் சிந்தனை உதவுகிறது. இந்திய நாத்திகர்கள் கடவுள் ஒரு பொய்த் தோற்றம் என தர்க்க ரீதியாக நிரூபிக்கப் பாடுபட்டார்கள். அவர்களுடைய தர்க்க முயற்சிகள் வெற்றி பெற்றன. ஏனெனில் அவர்களுடைய வாதங்களுக்கு பதிலளித்த ஆன்மீகவாதிகள் தர்க்க ரீதியாக விடைகூற முடியவில்லை. ஆயினும் இந்திய நாத்திகவாதிகள் மார்க்சுக்கு முந்திய மேநாட்டு நாத்திகவாதிகளைப் போலவே கடவுளை சமூக வாழ்க்கையிலிருந்து பிரித்து தனியாக ஆராய்ந்தார்கள். மார்க்ஸ்தான் சமூக வாழ்க்கையிலிருந்து சிந்தனை படைக்கப்படுகிறது என்ற மகத்தான உண்மையை விளக் கினார். ஒவ்வொரு சமூகமும் அது நிலைத்திருப்பதற்கான பொருளுற்பத்தியில் ஈடுபடுகிறது. அச்சமூகத்தில் வாழ்கிற மனிதர்கள், இப்பொருளுற்பத்தியில் வகிக்கும் ஸ்தானத்தின் நிலையால் ஒருவருக்கொருவர் உறவு கொள்ளுகிறார்கள்.

ஆகவே உற்பத்திச் சாதனங்களுக்குச் சொந்தக்காரர்களும், உற்பத்திக்கு உழைப்பை அளிப்பவர்களுமாக சமூகம் பிரிகிறது. இந்த அடிப்படையில்தான் அக உலகம் மனத்தால் படைக்கப்படுகிறது. சிந்தனைகள் மேற்கோப்பாக, சமூக அடிப்படையின் மீது எழுகின்றன. சமூக விருட்சத்தின் ஆணிவேர் பொருளாதார அடிப்படையும், உறவுகளுமே. தரைக்கு மேல் தெரிகிற மரம், கிளை, இலை போன்றுதான் மனதின் சிந்தனைகள். புற உலக வாழ்க்கைதான் சிந்தனைக்குக் காரணம். கடவுள் கூட ஒரு குறிப்பிட்ட சமுதாய வளர்ச்சி கட்டத்தில் மனிதனால் படைக்கப்பட்ட ஒரு கருத்துத்தான். சிந்தனைகள்கூட சமூக அடிப்படையின் இயக்கத்தை வேகமாக்கவோ, மந்தப்படுத்தவோ செய்யலாம். ஆனால் முற்றிலும் மாற்றிவிட முடியாது. அடிப்படை மாற்றப்பட்டால், சிந்தனைகள் மாறும். இது உடனடியாக நிகழாது. பழைய சமுதாய அடிப்படையில் எழுந்த சிந்தனைகள் பல காலம் மக்கள் மனத்தில் நீடிக்கும். இதனால்தான் சிந்தனைகளை எதிர்த்து நடத்துகிற தர்க்கப் போராட்டம் மட்டும் வெற்றியடைவதில்லை. சிந்தனையின் சமூக அடிப்படையை மாற்ற வேண்டும். அப்பொழுதுதான் சிந்தனை மாறும். 'கடவுளை பற்றி நினைத்து மனிதன் ஏங்குவதைத் தடுக்க, சமூகப் புரட்சி ஒன்றால்தான் முடியும்.' இது மார்க்ஸின் சிந்தனை. இந்திய நாத்திக வாதிகள் மிகப் பழங்காலத்தில் வாழ்ந்தவர்கள். மனிதன் இயற்கையை அறிந்து அதனை மாற்றும் அறிவியல் முயற்சிகள் துவக்க நிலையில்தான் அப்போது இருந்தன. எனவே அறிவியல் இயக்க விதிகளை அவர்கள் பயன்படுத்தித் தங்கள் நாத்திக வாதங்களை உருவாக்க இயலவில்லை. பிற்கால பிரெஞ்சு நாத்திக வாதிகளுக்கு அறிவியல் அறிவு கைகொடுத்தது. அவர்களுடைய வாதங்கள் சொல் அமைப்பு, டார்வினது பரிணாமம், புதிய அணுக்கொள்கை, ரசாயன மாறுதல்கள் குறித்த அறிவு இவற்றையெல்லாம் சான்றுகளாகக் கொண்டிருந்தது. ஆயினும் விஞ்ஞான சோஷலிஸக் கொள்கையின் முதல்வர்களுக்கு, பிற்கால நாத்திகவாதிகளின் கொள்கைகள்கூட திருப்தியளிக்கவில்லை. அவர்கள் இயக்கவியல் பொருள்முதல்வாதம், வரலாற்றியல் பொருள்முதல் வாதம் ஆகிய முரணற்ற தத்துவச் சித்தனையை உருவாக்கி பொருள் இயக்கம் பற்றியும், சமூக இயக்கம் பற்றியும்

முழுமையான விளக்கம் கொடுத்த பின்னர்தான், நாத்திகம் சிந்தனைப் போக்கில் அதன் ஸ்தானத்தில் அமர்த்தப்பட்டது. இக்குறைபாடு இந்திய நாத்திகத்தில் இருந்தபோதிலும் கூட, தத்துவ வரலாற்றின் சிந்தனைப்போக்கில் மிக முக்கியமான தர்க்க வாதங்களை அவர்கள் படைத்துள்ளார்கள். 'கடவுளே', 'இந்திய தத்துவ சிந்தனையில் இருந்து அகற்றுவதற்கு அவர்களுடைய சிந்தனை முயற்சிகள், அவர்களுடைய தர்க்க வாதங்கள், பல நூற்றாண்டுகளாகத் தோற்கடிக்க முடியாமலே இருந்தது. இக்கட்டுரையில் 'நாத்திகம்' என்ற சொல்லை எந்தப் பொருளில் பயன்படுத்துகிறோம் என்று தெளிவுபடுத்த விரும்புகிறேன். மேநாட்டுத் தத்துவத்தில், ஆதிக்கத்தில் இருக்கும் கொள்கைக்கு விரோதமான புதிய கொள்கையைச் சொல்லுபவர் நாத்திகள் என்று ஏசப்பட்டார்கள். 'சூரியனை ஒரு தெய்வம்' என்று கருதி வந்த காலத்தில் அனெக்ஸ கோராஸ் என்னும் தத்துவஞானி, 'அது பொருளால் ஆக்கப்பட்ட ஒரு வஸ்து' என்று கூறினார். அவரை நாத்திகர் என்று குற்றம் சாட்டி, கிரேக்கர்கள் நாடு கடத்தினார்கள். ஸாக்ரடீஸ் தமது புதிய தத்துவத்தை, விளக்கியபோது அவர் நாத்திகர் என்ற பட்டம் சூட்டப்பட்டார். 'மறு உலகம் இல்லை' என்று வாதித்த எபிக்யூரஸ், நாத்திகர் என்று அழைக்கப்பட்டார். மேற்குறிப்பிட்ட தத்துவ ஆசிரியர்களெல்லாம் கடவுள் இல்லை என்று வாதித்தார்கள்? அவர்களுடைய 'கடவுள்' ஆளும் வர்க்கத்தின் நலன்களைப் பாதுகாக்கிற கடவுளாக இல்லை. எனவே அரசை ஆதரிக்கிற, பாதுகாக்கக்கூடிய சிந்தனைகளை உருவாக்கிப் பரப்பிய சிசரோ, புளூடார்க் ஆகிய தத்துவ ஞானிகள், தங்களுக்கு உதவாத அனெக்ஸகோராஸ் முதலிய தத்துவ ஞானிகளின் தத்துவங்களை நாத்திகம் என்று அழைத்தார்கள். தற்காலத் தத்துவாசிரியர்களில் சிலர் ஆளும் வர்க்கத்தின் அரசுக்குப் பயன்படாத தத்துவங்களைப் போதித்ததால், நாத்திவாதிகள் என்று அரசுக்கு ஆதரவான தத்துவவாதிகளால் பழிக்கப்பட்டுத் தண்டிக்கப்பட்டார்கள். 'கடவுள் வெறி' பிடித்த ஸ்பைனோஸா, நாத்திகர் என்ற பட்டத்தோடு சமய விலக்கு செய்யப்பட்டார். பைபிளில் காணப்படும் அர்ச். ஜானின் 'காட்சி' (Revelation) என்ற வருங்காலம் பற்றிய வாக்குகளை ஆதரித்து எழுதிய ஃபிட்ஷே

(திவீமீநீலீமீ) என்ற தத்துவவாதி, அரசை ஆதரிக்காததால், தம்முடைய பேராசிரியர் பதவியில் இருந்து விரட்டப்பட்டார். இதிலிருந்து ஆதிக்கத்திலுள்ள தத்துவக் கொள்கைகளுக்கு முரணான எந்தக் கொள்கையும் நாத்திகம் எனக் கருதப்பட்டது என்று பொருள்படுகிறது. இத்தகைய கொள்கைக் குழப்பம் இந்தியாவில் இருந்ததில்லை. இவ்வாறு கூறுவதனால் சமய விரோதங்களும், போராட்டங்களும் இருந்ததில்லை என்று நான் சொல்லுவதாக எண்ண வேண்டாம். பல சமய முரண்பாடுக்ளும், சமய விரோதங்களும் பண்டைக்கால முதல் இந்தியாவில் இருந்து வந்துள்ளன. ஆனால் அவை நாத்திகம், ஆதிக்கம் என்ற கருத்துக்களில் இருந்து பிரித்துத்தான் எண்ணப்பட்டு வந்துள்ளன. ஒவ்வொரு காலத்திலும் 'ஆத்திகம்', 'நாத்திகம்' என்ற சொற்கள் பொருள் தெளிவோடு பயன்படுத்தப்பட்டு வந்தன. உதாரணமாக வேத யக்ஞங்களில் நம்பிக்கையுள்ளவர்கள் 'ஆத்திகர்' என்றும், அவற்றை எதிர்ப்பவர்கள் 'நாத்திகர்' என்றும் பண்டைக் காலத்தில் கருதப்பட்டனர். 'கடவுள்' நம்பிக்கை என்பது வேறோர் பிரச்சினையாக இருந்தது. உதாரணமாக வேத யக்ஞங்களை நம்பிய மீமாம்சகர்கள் ஆஸ்திகர்கள்தான். ஆனால் இவர்கள் தான் கடவுள் மறுப்பில் மிக முனைப்பாக இருந்தவர்கள். சைவர்களும், பாசுபதர்களும் சிவன் ஒருவனே சகல சக்திகளும் வாய்ந்த கடவுள் என்ற நம்பிக்கையுடையவர்கள். இவர்கள் வேதங்களைப் பிரமாணம் என்றே, முக்கியத்துவம் கொண்டவையென்றே கருதவில்லை. அதனால் கடவுள் நம்பிக்கை கொண்ட இவர்கள் நாத்திகர்கள் என்று வேதவாதிகளால் கருதப்பட்டார்கள். சமூக ஒடுக்குமுறையை நியாயப்படுத்தி, அரசின் பாதுகாப்புக்கு ஏற்ற நீதி–ஒழுக்க முறைகளை வகுத்த, மனு முதலிய நீதி நூலார், சைவர், பாசுபதர் முதலியோரைத் தீண்டத்தகாதவர் என வருணித்தார்கள். அவர்களைத் தீண்டிவிட்டால் உடனே குளிக்க வேண்டும் என்று எழுதி வைத்தார்கள். சமயவெறியும், பகைமையும் இந்தியாவிலும் இருந்துள்ளது என்பதற்கு நீதி நூல்களே. சான்று கூறுகின்றன. ஆனால் 'கடவுள்' என்ற சொல்லுக்குத் தெளிவான பொருளை இந்தியத் தத்துவம் வழங்கியுள்ளது. கடவுள் என்பவர் "அனைத்தையும் படைத்து அளித்துக் துடைப்பவர், உலக ஒழுங்கு, நியதிகளுக்கெல்லாம்

காரணம் ஆனவர் (moral governor). அவனன்றி ஓரணுவும் அசையாது.'' இத்தகைய தன்மைகள் கொண்டவர் கடவுள், இக்கருத்தை ஏற்றுக் கொள்பவர்கள் ஆத்திகர்கள். இதனை மறுப்பவர்கள் நாத்திகர்கள். இத்தெளிவான பொருளில் மிகப் பெரும்பாலான இந்தியத் தத்துவவாதிகள் நாத்திகர்களே. "கடவுள்'' என்ற மாயக்கருத்து ஒரு மூட நம்பிக்கை; பொய்யான ஒன்றை உண்மை என்று நம்புவது தவறாக மதிப்புச் செலுத்தப்படும் ஓர் கற்பனை என்றே நாத்திகவாதிகள் கருதினர். மிகப் பல நாத்திகவாதிகள் 'கடவுளை'ஆழ்ந்த அங்கத உணர்ச்சியோடு கேலிசெய்தார்கள் ஒரே ஒரு உதாரணம் தருவோம். ஆத்திகர்கள் கடவுளுக்குப் பல இயல்புகளைக் கற்பனையில் படைத்தார்கள். சர்வ வல்லமை, சர்வ ஞானம், எவ்விடத்தும் இருத்தல் ஆகிய இயல்புகளை அவருக்கு அளித்தார்கள். கடவுளை பரிபூரணானந்தம் என்று கருதி உள்ளமுருகிப் பாடினார்கள்.

இவை குறித்து குணரத்னா என்னும் ஜைனத் துறவி கீழ் வருமாறு எழுதினார்:

"இக்குணங்களையெல்லாம் இல்லாத ஒன்றிற்குப் படைப்பது வீணானது. ஒரு அழகிய இளம்பெண்ணை, வீரியமற்றவனுக்கு அளிப்பது போன்றது இது. பாலுணர்ச்சி இல்லாதவனுக்கு, அழகிய இளம்பெண் எப்படிப் பயனற்றவளோ, அதுபோலவே இல்லாத கடவுளுக்கு இந்த இயல்புகளும் பயன்படாது.'' இது, கடவுள் மூடநம்பிக்கையின் சிகரம் என்று காட்ட ஜைனர்களின் உவமை. இவ்வாறு உவமைகளால் மட்டும் இந்திய நாத்திகர்கள் மக்களை வசப்படுத்த முயலவில்லை. கடவுள் என்ற கருத்துப்பற்றி தத்துவ ரீதியான வாதங்களை அவர்கள் முன் வைத்தார்கள். கடவுள் என்ற நம்பிக்கையின் முரண்பாடுகளைத் தர்க்க ரீதியாகச் சுட்டிக் காட்டினார்கள். ஆனால் நாத்திகர்கள் வேறு நம்பிக்கைகளுக்கும், தங்கள் கடவுள் இன்மைக் கொள்கைக்கும் முரண்பாடுகள் இருப்பினும், கடவுளை மறுக்கும் வாதங்களில் முரண்பாடு எதுவும் இல்லாமலேயே தர்க்க ரீதியாக வாதித்தார்கள். நாத்திகர்களது பிற நம்பிக்கைகளில் உள்ள முரண்பாடுகளை ஆத்திகர்கள்

தர்க்க ரீதியாகத் தாக்க முடியவில்லை. ஏனெனில் அவை போன்ற பல நம்பிக்கைகளையே அவர்கள் கொண்டிருந்தார்கள். உதாரணமாக விதி, கர்மம், நரகம், சுவர்க்கம் போன்ற ஆத்திகர்களின் நம்பிக்கைகள், நாத்திகர்கள் நம்பிக்கைகளோடு ஒன்றுபட்டது.

ஆத்திகர்களின் புரட்டுவாதம்

ஆத்திகர்களின் அறிவு எல்லாம், நாத்திகர்களின் கொள்கைளை புரட்டுவதிலேயே குவிக்கப்பட்டது. நாத்தி கர்கள் சொல்லுகிற வாதங்கள், தங்கள் கொள்கைகளுக்கேற்ப மாற்றுவதில் சொல் மயக்கங்களை அவர்கள் கையாண்டார்கள். இதற்குத் தற்கால உதாரணம் ஒன்று தருவோம், இது நாத்திகர்களைப் பற்றியது அல்ல எனினும் புரட்டுவாதத்திற்கு மிகச் சிறந்த உதாரணமாகக் காணப்படுகிறது. “கம்யூனிஸம் ஒரு புதிய மதம்” என்று ராதாகிருஷ்ணன் அடித்துச் சொல்லுகிறார். அவர் இக்கூற்றை நிரூபிக்கும் முயற்சியில் புரட்டுவாதத்தைத் திறமையாக் கையாளுகிறார். “மாஸ்கோ நகரின் சுவர்களில் சில சுவரொட்டிகள் காணப்படுகின்றன. ‘உலகம் எப்போது படைக்கப்பட்டது என்பது யாருக்கும் தெரியாது. ஆனால் ஒரு புதிய உலகம் அக்டோபர் 1917–ல் படைக்கப்பட்டது என்பது எல்லோருக்கும் தெரியும். விண்ணிலிருந்து கடவுள்களை விரட்டுங்கள். உலகில் இருந்து முதலாளித்துவத்தை விரட்டுங்கள். கம்யூனிஸத்திற்கு வழி விடுங்கள். இத்தகைய ‘வலுவான’ சான்றுகளில் இருந்து நமது இந்தியத் தத்துவவாதி தம்முடைய முடிவுகளைக் கூறுகிறார்: “ஆன்மீக எண்ணங்கள் கொண்ட ரஷ்ய நிலத்தில் கார்ல் மார்க்ஸின் கம்யூனிஸ்க் கொள்கை என்ற நாற்று பிடுங்கி நடப்பட்டபோது அது ஒரு மதமாயிற்று மதத்தின் பிரச்சார முறைகளைக் கம்யூனிஸம் மேற்கொண்டது. இதற்காக கம்யூனிஸ்டுக் கட்சி, செஞ்சேனை, பள்ளிகள், பிரச்சார மேடைகள், பத்திரிகைகள் ஆகியவை பரப்புக் கருவிகளாக (பிரச்சாரக் கருவிகளாக) ஆக்கப்பட்டன. போல்ஷ் விஸத்தின் இயக்கு சக்தி, கம்யூனிஸத்தின்மீது நம்பிக்கைதான், ஆழ்ந்த பக்திதான் (mysticism), உயிர்ப்பலி கொடுக்கவும் தயாராகவுள்ள தியாக உணர்ச்சி தான். அது பண்டைக்கால யூதர்களின் புதிய சுவர்க்கத்தையும் புதிய உலகையும் பற்றி கனவுகளைப் போல ரஷ்ய மக்களைக் கவர்ந்து கொண்டுள்ளது. சோஷலிஸ்டுகள் கூறுகிறார்கள்: “நாங்கள் மதத்திற்கு எதிரிகள் அல்ல. மதத்தை நாங்கள் ஒதுக்கி விடுகிறோம். ‘மனித சகோதரத்துவம்’ என்னும்

எங்களது சோஷலிஸ்டுக் குறிக்கோள், கடவுளை விடவும், இயேசுநாதரைவிடவும் முக்கியமானது.'' இவ்வாறு கூறிவிட்டு ராதாகிருஷ்ணன் தமது முடிவுக்கு வருகிறார்: ''கடவுளையும், கிருஸ்துவையும் வழிபடுவோரைவிட உண்மையான, உணர்ச்சியுள்ள மதவாதிகளாக இவர்கள் இருக்கிறார்கள்.'' மார்க்ஸ், எங்கல்ஸ், லெனின் ஆகியோரிலும் கம்யூனிஸத்திலும் மதத்தையும், மத உணர்ச்சியையும், மத நம்பிக்கையையும் ராதாகிருஷ்ணன் காண்கிறார். இப்புரட்டு வாதத்திற்கு பண்டைய இந்தியத் தருக்க முறையில் 'சாமான்ய சாலம்' என்று பெயர். நமது முன்னோர்களுக்கு புரட்டுமுறை வாதங்கள் பற்றி மிக நன்றாகவே தெரிந்திருந்தது. சாமான்ய சாலம் என்றால் என்ன? தன்னுடைய கொள்கைக்கு எதிரான கொள்கையுடையவர், சொல்லுகிற சொற்களையும், வாக்கியங்களையும், தன்னுடைய கொள்கைக்குப் பொருத்தமான பொருளில் மாற்றிக் கூறுவதும், இதனுள் எதிரான கொள்கையுடைய வாதங்களையே திரித்துவிடுவதும் ஆகும். இதனை 'அறிவியல் அயோக்யத்தனம்' என்று பச்சையான தமிழில் கூறலாம். இம்முறையைத்தான் ஆத்திகர்கள் பண்டைக் காலத்திலும், நடுக் காலத்திலும் நாத்திகத்தை ஆத்திகமாக்கப் பயன்படுத்தியுள்ளார்கள். இதற்கு ஓர் உதாரணம் காண்போம். உதயணர் என்பவர் நடுக்கால தத்துவவாதி. இவர் கடவுள் உண்டென்று நிரூபிக்க முயலும் 'நியாயம்' என்ற தத்துவப் பிரிவின் சார்பாளர். இவருடைய ''நியாய குஸிமாஞ்சலி'' என்ற நூலைத்தான் ஆத்திகர்கள் 'கடவுளை'நிரூபிக்கத் துணையாகக் கொள்ளுகிறார்கள். அவருடைய வாதம் முழுவதையும் இங்கே தருவோம்.

''உலகில் யாருமே நாத்திகரில்லை. ஒவ்வொருவரும் தங்கள், தங்கள் வழியில் கடவுளை நம்புகிறார்கள்'' என்று கூறி தம்முடைய வாதத்தை உதயணர் துவக்குகிறார். மேலும் அவர் எழுதுகிறார்: ''எல்லோராலும் வணங்கப்படும் பரம்பொருள், (வணங்கும் மனிதர்களின் வாழ்க்கைக் குறிக்கோள்கள் வேறுபட்ட போதிலும்) உபநிடதங்கள் ஒன்றென அழைப்பதும், 'முதல் அறிவன்' என்று கபிலர் குறிப்பிடுவதும், கிலேசங்களால் பாதிக்கப்படாத ஒன்று என்று பதஞ்சலி வருணிப்பதும், சிவன் எனச் சைவர்கள் சொல்லுவதும், புருஷோத்தமன் என வைஷ்ணவர்கள் வணங்குவதும், சர்வ சக்தியுள்ளது

கடவுள் கருத்தின் துவக்கமும் நாத்திகத்தின் தோற்றமும்

"வேத காலத்திலேயே கடவுள் மறுப்பு தோன்றிவிட்டது" என்று கார்பே என்னும் இந்திய ஆய்வாளர் கூறுகிறார், வேதகாலத்தில் 'சர்வ வல்லமையுள்ள கடவுள்' என்ற கருத்தே தோன்றவில்லை. "கண்ணால் காணாததை நம்பாதே" என்பது போன்ற கருத்துக்கள் தோன்றி விட்டன. வேதயக்ஞச் சடங்குகளைப் பல கடவுளர்களுக்குச் செய்து செழிப்பும், செல்வமும் பெற விரும்பிய இனக்குழு மக்களுக்கு லோகாயதர்கள் வருணன், அக்கினி போன்ற தெய்வங்கள் இல்லை என்று சொல்ல இக்கருத்துக்கள் எழுந்தன. இவையே நாத்திகம் என்று அக்காலத்தில் அழைக்கப்பட்டது. இது சர்வ வல்லமையுள்ள கடவுளை மறுப்பதாக ஆகாது. நமது வரலாற்று முற்காலத்தைப் பற்றி நாம் அறிய அறிய, அக்காலத்தின் ஒரு கட்டத்தில் 'கடவுள்' என்ற கருத்தே இல்லை என்பதைத் தெரிந்து கொள்ளுவோம். கார்பே, ரிக்வேதச் செய்யுள் ஒன்றைச் சான்றாகக் காட்டுகிறார். 'இந்திரன் என்றோர் தெய்வமில்லை' என்ற கருத்துடைய இச்செய்யுளின் பொருளைப் புரிந்து கொள்ளாமல் இதனை நாத்திக வாதம் ரிக் வேதகாலத்திலேயே தோன்றிவிட்டது என்ற தம் முடிவுக்குச் சான்றாக கார்பே காட்டுகிறார். உண்மையில் இது இந்திரனைப் புகழ்ந்து கூறுகிறது ஒரு செய்யுளாகும். இந்திரனைக் குறை கூறுவதென்பது இந்திரனது இருப்பில் நம்பிக்கையிருந்தால்தானே சாத்தியம்?

இந்திரன் இருப்பையே சந்தேகிக்கிற செய்யுள்கள் ரிக் வேதத்தில் உள்ளன. உதாரணமாக, "வீரர்களே இந்திரன் இருப்பது உண்மையானால் அவனது புகழைப் பாடுங்கள். நாமா என்னும் ரிஷி, "இந்திரன் என்று எவரும் இல்லை. யார் அவனைக் கண்டார்கள். யார் புகழை நீங்கள் பாடப் போகிறீர்கள்?" என்று சொல்லுகிறார் (ரிக்வேதம் VIII 100).

இந்தச் சந்தேகம் 'ஒரு கடவுள்' என்ற கொள்கைக்கு வழிவகுத்ததா, அல்லது 'கடவுள் இல்லை' என்ற கொள்கைக்கு

வழிவகுத்ததா என்பதே கேள்வி. வரலாற்று முற்காலக் கடவுளர்களை'ப் பற்றிய நம்பிக்கை மறுக்கப்பட்டு, 'ஒரே கடவுள்' என்ற கொள்கை பிறந்தது. ஆகவே இந்த சந்தேகங்கள் முற்கால பல தெய்வ வணக்கத்தை மறுக்கவே பிறந்தது. எனவே இக்கருத்துக்கள் ஆத்திக முற்கால கருத்துக்கள். இவை நாத்திகமன்று. வேதச் சிந்தனைகள் வளர்ச்சி பெற்று 'ஒரு கடவுள்' கொள்கை தோன்றியது. இதற்குக் காரணம் இனக்குழு அமைப்புகள், அழிந்தும், அழிக்கப்பட்டும் அரசுகள் தோன்றியதே. அரசு மக்களை ஒரு வர்க்கத்திற்கு வன்முறையால் பணிய வைக்கும் கருவி. அது மக்கள் மனத்தைப் பணியவைக்கச் சமயங்களைத் துணையாக நாடிற்று. மனத்தில் 'பல கடவுளர்' (Polyheism) பக்தி இருந்ததை ஒரே கடவுளாக மாற்ற அது தத்துவத் துறையில் முயற்சி செய்தது. இது ஒன்றேதான் ஒரு கடவுள் வணக்கம் தோன்றக் காரணம் என்று நான் கூறவில்லை. அரசுகள் தோன்றிய பகுதிகளில், ஒரே கடவுள் வணக்கமும் தோன்றியது. ரிக்வேதம் 1,000 செய்யுள்கள் கொண்ட ஒரு தொகை நூல். ஒவ்வொரு செய்யுளின் காலமும் இன்னும் ஆராய்ச்சியால் அறியப்படவில்லை. ஆயினும் வேதப்பாடல்களின் உள்ளடக்கத்தைக் கவனித்தால் அவற்றின் வளர்ச்சிமுறைப் போக்கை நம்மால் அறிய முடியும். வேதங்களின் துவக்க காலத்தில் பல்வேறு இயல்புகள் உடையதாக நம்பப்பட்ட பல்வேறு தேவதைகள் வணக்கத்திற்குரியனவாக இருந்தன. இவற்றிற்கு ஆன்மீக முக்கியத்துவம் இல்லை. பண்டமாற்று விவகாரம் போல சில கொடைகளை மனிதர்கள் தெய்வங்களுக்குக் கொடுத்து, சில வரங்களைப் பெற முயன்றார்கள். மாபெரும் ஆற்றல், இத்தேவதைகளுக்கு இருந்ததாக அவற்றை வணங்கும் மக்கள் நம்பவில்லை. இவ்வேதங்களிலேயே, இத்தேவதைகள் முக்கியத்துவம் இழந்து ஒரு தெய்வ நம்பிக்கை தோன்றுகிற கட்டத்தைக் குறிக்கும் பாடல்களும் உள்ளன. 'ஒரே கடவுள்' நம்பிக்கை ரிக்வேதச் செய்யுள்களிலேயே முழு உருவம் பெற்றதா என்ற கேள்வி முக்கியமானதல்ல. ரிக்வேதத்தில் இந்த மாற்றத்துக்குரிய முன் நிபந்தனைகளைப் பூர்த்தி செய்கிற நிலைமைகளே வேதப் பாடல்களின் உள்ளடக்கத்தின் வளர்ச்சிப்போக்கு குறிப்பிடுகிறது. இது குறித்து வின்டர் நிட்ஸ் கூறுகிறார்: "மிகவும் உயர்ந்த,

மிகவும் வலிமையுடைய இந்திரன் என்னும் தெய்வத்தின் மீது வேதகால மக்கள் நம்பிக்கையிழக்கத் தொடங்கினர். அது போன்ற பல தெய்வங்களின் மீதும் நம்பிக்கைக் குறைந்தது. இதனால் யக்ஞங்கள் புரிவது, தேவதைகளைத் தங்களோடு விருந்துண்ண அழைப்பது போன்ற சடங்குகளின் மீது நம்பிக்கை தளர்ந்தது. இந்த யக்ஞங்களேயெல்லாம், சர்வ வல்லமை படைத்த ஒரு தெய்வத்துக்காகச் செய்து வரங்களைப் பெற்றுக் கொள்ளலாம் என்ற நம்பிக்கை புதிதாகத் தோன்றியது. எனவே 'பிராஜாபதி' (மனிதனைப் படைத்தவன்) என்ற கருத்து உருவாகியது. படைப்பாளி என்ற கருத்தின் உதயமே, ஒரு கடவுள் வணக்கத்தின் துவக்கம். இவருக்குப் பல பெயர்கள் சூட்டப்பட்டன; பிராமணஸ்பதி, பிருகஸ்பதி, விஸ்வகர்மன் முதலிய பெயர்களில் அவர் இயல்புத் தொகுப்பான கடிவுள் எனக் கருதப்பட்டார். இயற்கைத் தெய்வங்கள், அவருடைய பல அம்சங்களாகக் கருதப்பட்டன. ரிக் வேதத்திலேயே இதற்குச் சான்றுகள் உள்ளன.

அவரை இந்திரர் என்றும், மித்திரர் என்றும், வருணர் என்றும், அக்னி என்றும் அழைக்கிறார்கள். அவரை கருட் மாத் என்றும் பெயர் சொல்லுகிறார்கள். ஒரே ஒருவருக்குத் தான் கவிகள் பல பெயர்களைக் கொடுத்திருக்கிறர்கள் – அக்னி, யமன், மதாரீஸ்வன்.

இத்தகைய ஒரு கடவுள் கொள்கை பின்னும் வளர்ச்சி யடைந்து ரிக்வேதத்தின் பிற்காலச் செய்யுள்களில் 'பிரம்மம்' என்ற கருத்தாக உருவாயிற்று. இது குணங்களற்றது. தெளிவற்றது. ஆயினும் இது ஒன்றே உண்மை. இதினின்றும் தோன்றிய மாயையில் பிரம்மம் பிரதிபலிப்பதால்தான் பிரபஞ்சம் தோற்றம் கொள்கிறது. இக்கொள்கை ஒரு கடவுள் கொள்கையின் வளர்ச்சிநிலை.

இதனை ஒரு கடவுள் கொள்கையாக ராமானுஜர் மாற்றினார். குணமற்ற பிரம்மத்திற்கு நற்குணங்களை ஏற்றி அவர் சகுணப் பிரம்மம் என்ற கருத்தைப் படைத்தார். 'ஒரு கடவுள்' என்ற கொள்கையை மறுக்கவே நாத்தி கம் தோன்றியது. பின்னர் தோன்றிய பிரம்மம், ஒரே கடவுள் என்ற கொள்கைகளே மறுக்கவும் நாத்திகம் தன் வாதங்களை வளர்த்துக் கொண்டது.

ஈஸ்வர வாதமும் இயற்கை வாதமும்

வேத காலத்திற்கு பின் பொருள்முதல்வாதச் சார்புடைய மூன்று கொள்கைகள் உருவாயின. வேதயக்ஞங்களை எதிர்த்தவர்கள், ஐம்பூதக் கொள்கை, பிரக்ருதி கொள்கை, சுபாவவாதம் ஆகியவற்றை முன் வைத்தனர். உலக இயக்கத்திற்கு பூதங்களின் செயல்களே காரணம் என்றும், உலக இயக்கத்தை விளக்க கடவுளின் தலையீடு தேவையில்லை என்றும் கூறியவர்கள் லோகாயதர்கள். இவர்கள் முரணற்ற நாத்திகர்கள். 'பிரக்ருதி' என்ற மூலப் பொருளின் பரிணும மாற்றமே பிரபஞ்சத்தின் உருவாக்கத் திற்குக் காரணம் என்று சாங்கியவாதிகளின் கடைப்பிடி. அவர்கள் கடவுளின் செயலை மறுத்தார்கள். இவர்களது பண்டைக்கால தத்துவம் நிரீச்சுவர சாங்கியம் என்று எதிரி களால் அழைக்கப்பட்டது (நிரீச்சுவர= கடவுள் இல்லாத). இதனோடு சுபாவவாதம் என்றதோர் கொள்கையும் உருவாயிற்று. இதனைப் பல தத்துவவாதிகள் ஏற்றுக் கொண்டனர். பொருள்களின் குணங்களால் (சுபாவம்) உலக மாறுதல்கள் அனைத்தும் நிகழ்கின்றன என்பது சுபாவவாதத்தின் உள்ளடக்கம். இந்தக் கொள்கை, ஆரம்பத்தில் எந்தத் தத்துவத்தோடும் சார்புடையதாக இருக்கவில்லை. பின்னர் பொருள்முதல்வாத தத்துவங்களான லோகாயதம், சாங்கியம் இவற்றின் பகுதிகளாக இக்கொள்கை பொருந்திவிட்டது. கடவுளே மறுக்க இக்கொள்கையைப் பண்டையப் பொருள்முதல்வாதிகள் பயன்படுத்தினர்கள்.

'சுவாவம்' என்னும் கொள்கைதான் பண்டையத் தத்துவ வரலாற்றில் மத நம்பிக்கையையும், விஞ்ஞான ஆராய்ச்சியையும் பிரிக்கிற எல்லைக்கோடாகக் காணப்படுகிறது. இவை முரண்பட்டு, முரண்பாடுகள் வளர்ச்சியடைந்து தற்காலத்தில் விஞ்ஞானம், மத நம்பிக்கையும் ஒன்றையொன்று எதிர்த்து நிற்கின்றன. இதனை பெட்ராண்டு ரஸ்ஸல் என்னும் சிந்தனையாளர் நிலைத்த போராட்டம் (Pitched battle) என்று வருணிக்கிறார்.

மதங்களின் மிக முக்கியமான நம்பிக்கை, “இப்பிரபஞ்சத்திற்கு வெளியே உள்ள இயற்கைக்கு அதீதமான சக்தி ஒன்றுதான் இவ்வுலகைப் படைத்தது” என்பதே. அச்சக்தியைத்தான் ‘கடவுள்’ என்று பக்திமான்கள் அழைக்கிறார்கள். இக்கடவுளை நம்பிக்கையால் மட்டுமே அறிய முடியும் என்று மதவாதிகள் கூறுகிறார்கள். சில தீர்க்கதரிசிகள் மூலம் கடவுள் தனது நீதியை வெளிப்படுத்துவார். இந்தியாவில் கடவுளே அவதாரம் எடுத்து தமது நீதியை நிலைநாட்டுவார் என்று நம்புகிறார்கள். பைபிளில் வருங்காலத்தில் நிகழப்போகும் நிகழ்ச்சிகளை தேவ தூதர்கள் அர்ச். ஜானுக்கு வெளிப்படுத்தியதாக “வெளிப்படுத்தின விசேஷம்” (Revelation)

இவர்களை யி.நி ஃப்ரேஸர் என்னும் பண்பாட்டு மானிடவியல் அறிஞர் (Temporary Gods) ‘தாற்காலிக்க கடவுளர் என்று அழைப்பர். சாதாரண மனிதர்களாக வாழும் இவர்கள், ஊட்டு, கொடை, விழா நேரங்களில் சாமியேறப் பெற்றவர்களாக தங்கள் தன்மையை இழக்கிறார்கள். இவை யாவும் நம்பிக்கையே. சாமியாடிகள் தங்கள் உடலில் சிறிது நேரம் சாமி புகுந்து கொள்வதாக எண்ணுகிறார்கள். பக்திமான்கள் அதனை நம்புகிறார்கள்.

வைஷ்ணவ ஆழ்வார்கள், குருமார்களுடைய செயல்களைத் திருமால், கனவில் தோன்றி வழிப்படுத்துவதாக அவர்களுடைய ‘வரலாறு’ போன்ற புராணக் கதையான ‘குரு பரம்பரை’ கூறும். பக்தியின் ஆற்றலால், வழிபாட்டுக்குரிய தெய்வங்களோடு நேரில் பேசுகிற சாமியார்கள்மீது பெருமதிப்பு வைக்கும் நாடு இது. இவ்வாறு பேசுவது, கனவு காண்பது, காட்சிகள் இவை யாவும் கடவுளர்களின் பிரியத்துக்குரியவர்களுக்கே நிகழும். வேறு யாருக்கும் தெரியாது. கடவுள் வெளிப்படுத்திய நிலையான உண்மைகளே, சமய நூல்களில் காணப்படுகின்றன என்று மதச்சார்பாளர்கள் நம்புகிறார்கள். மதஸ்தாபகர்களுக்கு எல்லாம் இப்படியொரு வாழ்க்கை நிகழ்ச்சியுண்டு என்று அவ்வம்மதவாதிகள் நம்புகிறார்கள். இதனை ஆகமம், நூல் என்று சமயக்கணக்கர் வாதங்களைக் கேட்ட காதையில் மணிமேகலை கூறுகிறது.

விஞ்ஞானத்தின் அடிப்படைக் கருதுகோள் இந்த நம்பிக்கைகளுக்கு விரோதமானது. அதன் முக்கியமான சிந்தனைகள் வருமாறு:

இவ்வுலகம் அடிப்படையில் பொருளால் ஆனது. பொருள்களிலேயே உள்ளார்ந்து இருக்கும் நியதிகளால் பொருள்–இயக்கம் தோன்றுகிறது. 'அவனன்றி ஓரணுவும் அசையாது' என்ற கடவுளை நம்புவோரின் கூற்றை அணுக்கள் தங்களுடைய சக்தியாலேயே அசைகின்றன, அவனது தலையீடு அவசியமில்லை என நவீன அணுவியல் ருசுப்பிக்கிறது. பலிகளாலும், காணிக்கைகளாலும், ஜபங்களாலும், பிரார்த்தனைகளாலும் மாற்றமுடியாத விஞ் ஞான விதிகளுக்குட்பட்டு பிரபஞ்ச இயக்கம் நிகழ்கிறது. இதனால் மனிதன் விஞ்ஞான விதிகளின் கையில் ஒரு பந்து போல எவ்வித சுதந்திரமும் அற்றவன் என்பது பொருளல்ல. 'விஞ்ஞான விதிகளை மனிதன் அறிய முடியும்; அறிந்து அவ்வறிவால் பொருள்களின் இயக்கத்தை நெறிப்படுத்த இயலும்' என்று விஞ்ஞானம் வெளிப்படுத்தியுள்ளது. இன்று எத்தனை சக்திகள் மனிதன் விஞ்ஞான விதிகளை அறிந்ததால் அவனுக்குப் பணி புரிகின்றன?

ரசாயன விஞ்ஞானத்தை மனிதன் படைத்திருக்கும் காரணத்தால், விவசாயத்திற்குத் தேவையான ரசாயன உரங்கள், பூச்சி கொல்லிகள், நமது உடல் ஆரோக்கியத்தைப் பாதுகாக்கக்கூடிய பல மருந்துப் பொருள்களையும், நோயைக் குணப்படுத்தக்கூடிய பல ஔஷதிகளையும் இயற்கையில் இருந்து படைத்துள்ளான். அறுவை வைத்தியம் எவ்வளவு முன்னேற்றமடைந்துள்ளது என்று இன்று சொல்ல வேண்டியதில்லை. இதற்குக் காரணம் உயிரியல் விதிகளையும், உயிர் ரசாயன விதிகளையும், வேறு விஞ்ஞானப் பிரிவுகளின் விதிகளையும் மனிதன் அறிந்து பயன்படுத்துவது தான். விறகைத் துளைத்துத் தீயை உண்டாக்கிய மனிதன், குளிர்காயத் தீயின் உஷ்ணத்தைப் பயன்படுத்தினான். இன்று பிரம்மாண்டமாக வளர்ச்சி பெற்றுள்ள உற்பத்தித் தொழில்களுக்கு வெப்பம் அளிக்க நிலக்கரியைப் பூமியின் அடியில் இருந்து தரைமட்டத்திற்குக் கொண்டு வருகிறான். பாறை எண்ணெயைத் தரையின்

அடிப்பாகத்தில் இருந்து மேலே கொண்டு வருகிறான். நிலக்கரியும் பாறை எண்ணெயும் இருப்பது மனிதனுக்கு எப்படித் தெரியும்? இவை இருக்கும் இடங்களில் உள்ள பிசாசுகள், தம்மை ஆராதிக்கும் சாமியாடிகளுக்கு வந்து காட்சி கொடுத்துச் சொல்லிச் சென்றனவா? தரையியல் (Geology) தரையியல் ரசாயனம் (Geo chemistry) ஆகிய விஞ்ஞானங்களின் வளர்ச்சியே நிலக்கரி, உலோகங்கள், மண்ணெண்ணெய் முதலியன எத்தன்மையுடைய பாறைகளில் காணப்படும் என்ற விதிகளைத் தோற்றுவித்தன. இவ்விஞ்ஞான அறிவைப் பயன்படுத்தி மனிதன் பூமியின் உட்குடலைத் தோண்டித் தனக்குத் தேவையான பொருள்களைப் பெறுகிறான். ஃபிஸிக்ஸ் (பௌதீகம்) என்னும் விஞ்ஞானத்தின் விதிகளை அறிந்து இப்பொருள்கள் இருக்கும் இடத்தையும், அளவையும் தெளிவாக அறியலாம்.

வெடி அதிர்வுகளே, அண்மைக் காலத்தில் உலோக தாதுக்கள், நிலக்கரி, மண்ணெண்ணெய் போன்ற பொருள்களின் இருப்பிடத்தை அறியப் பயன்பட்டது. தற்போது பல வகைக் கதிர்களின் (Rays) பிரதிபலிப்பினால் பூமியினடியில் உள்ள பொருள்களை அறிய முடிகிறது. ஓரிரு உதாரணங்களே நான் கொடுத்துள்ளேன். விஞ்ஞான–தொழில் நுணுக்கப் புரட்சிக் காலத்தில் ஆயிரக்கணக்கான சான்றுகளை அடுக்கிக்கூற முடியும். மனிதன், இயற்கை விதிகளை அறிந்து கொள்வதால், இயற்கையை தனது நலனுக்கேற்ற வகையில் பயன்படுத்திக் கொள்ளுகிறான் என்ற உண்மையை விளக்கப் பல நூற்றுக்கணக்கான நூல்களே வெளி வந்துள்ளன.

இவ்விஞ்ஞானிகள் இயற்கையை அறியப் பயனபடுத்தும், அறிதல் முறை, நேர்காணல், சோதனை, தொடர் சிந்தனை, கருதுகோள் அமைப்பு, பின்னும் நிரூபணச் சோதனை ஆகிய சிந்தனைப் பகுதிகள் அடங்கிய விஞ்ஞான ஆய்வு முறையாகும். இங்கு நம்பிக்கைகள், கடவுளைக் கண்டவர்கள் கூறியது, ஆப்த வாக்கு (பெரியோர் கூற்று) என்பதற்கெல்லாம் இடம் இல்லை.

இவ்விரண்டு போக்குகளுக்கும் பண்டைக்கால முதலே போராட்டங்கள் நிகழ்ந்துள்ளன. இந்தியத் தத்துவ சிந்தனையில்

'கடவுட் கொள்கை' 'சுபாவக் கொள்கை' இரண்டிற்கும் நடைபெற்றுள்ள போராட்டங்களை இங்கு காண்டோம்.

சுபாவவாதம், விஞ்ஞானத்திற்கு அடிப்படைக் கருதுகோள். இது ஈஸ்வரவாதத்தின் ஒவ்வொரு வளர்ச்சி நிலையிலும் முரண்பட்டு மோதிக் கொள்ளுகிறது. இதனை இந்திய தத்துவ வரலாற்றில் ஈஸ்வர வாதத்திற்கும் சுபாவ வாதத்திற்கும் இடையே நடைபெற்ற போராட்டமாகக் காணலாம். ஸ்வேதாஸ்வதார உபநிஷதம் என்னும் நூலில் சுபாவவாதத்தை எதிர்க்கும் வாதங்கள் உள்ளன. இவ்வுபநிஷதம் 'பானையைக் கண்டதும் செய்பவன் உண்டென்று யூகிப்பது போல, உலகத்தை அறிந்ததும், இதைப் படைத்தவன் உண்டென்று அறிய வேண்டும்' என்று படைப்பாளியான கடவுள் உண்டென்று கூறுகிறது. இவ்வாறு வாதிப்பதற்கு, அவர் காலத்தில் இக்கூற்றை மறுத்த சுபாவவாதம் என்னும் கருத்தை மறுக்கவேண்டியதாயிற்று. இதன் தர்க்க உருவம், இயக்கத்திற்கு இயற்கைச் சக்திகள் காரணமா, அல்லது இயற்கைக்கு அதீதமான சக்திகள் காரணமா என்ற வாதமாக இருந்தது.

நடுக்காலத்தில் சுபாவவாதத்தை, 'நிகழ்ச்சிகளுக்குக் காரணம் கிடையாது' என்ற பொருளில் தத்துவவாதிகள் பொருள் கொண்டார்கள். அல்லது காரணம் மட்டுமே உண்மை விளைவு மாயை என்று சில தத்துவங்கள் கூறின. காரணம் அல்லது விளைவு உண்மையல்ல என்று வேறு தத்துவங்கள் கூறின. இதனே உபநிஷதங்கள் 'யதிருச்சா' (யதேச்சை) என்ற பெயரால் அழைக்கின்றன. காரணமின்றித் தாமாகவே நிகழ்ச்சிகள் நடைபெறுகின்றன. அல்லது எந்த நிகழ்ச்சிக்கும் காரணம் காண இயலாது என்று யதிருச்சாவாதிகள் வாதித்தனர். இங்கும் கடவுளின் தலையீடு இன்றியே உலக நிகழ்ச்சிகள் நிகழ்கின்றன என்ற கருத்து உள்ளது.

இவ்விரண்டு கொள்கைகளும் நேர்முரணானவை. சுபாவவாதத்தை இயற்கை வாதம் என்றழைக்கலாம். இயற்கை நிகழ்ச்சிகளுக்குக் காரணம் உண்டு. அவற்றை மனிதர் அறிலாம். இக்காரணங்கள் இயற்கையில் உள்ளார்ந்து உள்ளன. ஒரு நிகழ்ச்சிக்குக் காரணம் கடவுள் என்று நம்பினால் அறிவு ஸ்தம்பித்துப் போய்விடும். பொருள்களின் இயற்கையே

அவற்றின் மாறுதல்களுக்குக் கார சுபாவவாதம். யதிருச்சவாதம் என்பது உன் நிகழ்ச்சிகளனைத்தும் தான்தோன்றியாக இயற்கையிலோ, இயற்கைக்கு வெளியிலோ ஒரு நிகழ்ச்சிக்குக் காரணத்தைத் தேடுவது அவசியமில்லை என்று வாதிப்பதுதான் யதேச்சை வாதம். இரண்டும் கடவுள் அல்லது தேவர்களின் தலையீட்டை எதிர்க்கின்றன. இரண்டும் நாத்திகச் சிந்தனை உடையவை. ஆயினும் நேர் எதிர் சிந்தனைப் போக்குடையவை.

இவ்விரண்டின் வேறுபாட்டை மிகத் தெளிவாக குணரத்னா கூறுகிறார் (இவர் நடுக்கால ஜைன தத்துவவாதி). "இயற்கை வாதிகள் (சுபாவவாதிகள்) கீழ் வருமாறு கூறுகிறார்கள்: பொருள்களின் மாற்றங்கள் அவற்றில் உள்ளார்ந்திருக்கும் தன்மைகளால் (சுபாவம்) நிகழுகின்றன. ஒவ்வொன்றும் உருப்பெறுவது சுபாவம் என்னும் இயற்கைப் போக்கின் செயல்பாட்டினலேயே. உதாரணமாக களிமண், சட்டியாக மாறுகிறது. துணியாக மாறுவதில்லை. நூலிழையில் இருந்து துணி உண்டாகிறது. சட்டி உண்டாவதில்லை. ஒழுங்கான இந்நிகழ்ச்சிகளுக்கு சுபாவமே காரணமாகும். உலகில் நிகழும் எல்லா மாற்றங்களும் சுபாவத்தினால் நிகழ்கின்றன என்று அறியலாம். அதனால் பின்வருமாறு கூறப்பட்டுள்ளது:

முள்ளைக் கூர்மையாக்கியவர் யார்? விலங்குகளிலும், பறவைகளிலும் பற்பல வேறுபாடுகள் இருப்பது எதனால்? சுபாவம் என்பதால் இவை அவ்வாறுள்ளன. யாரும் முள்ளைக் கூர்மையாக்கவோ, விலங்கு பறவைகளே வேறுபட்ட தன்மைகளோடு படைக்கவோ இல்லை. இலந்தை மரத்தின் முட்கள் கூர்மையாக இருக்கின்றன. சில முட்கள் நேராகவும், சில முட்கள் கோணலாகவும் உள்ளன. ஆனால் பழம் உருண்டையாக இருக்கிறது. இவற்றையெல்லாம் யார் அவ்வத்தன்மை உடையதாகச் செய்தார்கள். ஒவ்வொரு பொருளின் உருவாக்கத்திற்கும் காரணம் சுபாவமே என்ற முடிவு தவிர்க்க முடியாதது. குணரத்னா, யத்ரிச்சா வாதத்தை விளக்கிப் பின்வருமாறு கூறுகிறார்:

நிகழ்ச்சிகள் காரணமின்றி நடைபெறும் என்று யதேச்சை வாதிகள் கூறுகிறார்கள். காரண காரியத் தொடர்ச்சியெதுவும் இன்றி உலக நிகழ்ச்சிகள் நடைபெறுவதாகவும், நிகழ்ச்சிகள்

யதேச்சையாக நிகழ்வதாகக் கூறுபவர்கள் யதேச்சை வாதிகள். உலக நிகழ்ச்சிகள் அனைத்தும் காக்கை உட்காரப் பனம்பழம் விழுவதுபோல நடக்கின்றன. தற்கால இந்தியத் தத்துவவாதிகள் சுபாவவாதத்தை 'இயற்கைவாதம்' என்றும், யதேச்சை வாதத்தை விபத்துவாதமென்றும் அழைக்கிறார்கள். இவ்விரு வாதங்களும் காரணம் பற்றிய கருத்தில் வேறுபடுகின்றன. ஆனால் கடவுளுக்கு உலக நிகழ்ச்சிகளில் எவ்விதத் தலையீடும் இல்லை என்றே கூறுகின்றன.

சாந்தராக்ஷிதர் என்ற பௌத்தரும், குணரத்ன என்ற ஜைனரும் சுபாவ வாதத்தையும், விபத்து வாதத்தையும் எதிர்த்து வாதாடினர்கள். அவர்களின் வாதங்களின் பரபக்க வாதமாக இவை இரண்டும் இருந்தன. இவ்வெதிரிகளின் வாதங்களில் இருந்து சுபாவவாதம், விபத்துவாதம் இரண்டின் தத்துவ உள்ளடக்கத்தை அறிந்து கொள்கிறோம். இக்கொள்கைகளில் சுபாவவாதத்தை பிரஹாஸ்ப தீயர்கள் என்ற லோகாயதிகள் தங்கள் வாதங்களுக்குத் துணைக்கொண்டார்கள். அவர்கள் கூறியதாவது:

தீயின் தன்மை சுடுதல்.

நீரின் தன்மை குளிர்ச்சி.

காற்று இரண்டும் இல்லாதது.

இவ்வேறுபாடுகளை உண்டாக்கியது யார்?

அவற்றின் சுபாவத்தால் அவை அவ்வாறிருக்கின்றன. சாங்கியர்களும் சுபாவவாதச் சார்புடையவர்களே. தற்கால இந்தியத் தத்துவவாதியான கோபிநாத் கவிராஜ் கூறுவதாவது: "நிமித்த காரணம்" என்று உலகப் பரிணாம இயக்கத்திற்கு கடவுளைக் காரணமாக்காமல் பொருள் தனது இயற்கையால்தான் பரிணாம மாற்றம் அடைகிறது என்று கூறுவதால் சாங்கியவாதிகள் சுபாவ்வாதிகளே."

ஈஸ்வர வாதத்திற்கும், சுபாவ வாதத்திற்கும் நடைபெற்ற தத்துவப் போராட்டம், மிகப் பண்டைக் காலத்தில் மதத்திற்கும், விஞ்ஞானத்திற்கும் நிகழ்ந்த போராட்டமாகும். முதன்முதல் சுபாவவாதம் எந்தத் தத்துவப போக்கோடும்

தொடர்பு கொள்ளாமல் சுதந்திரமான கருத்ததாக இருந்தது. பொருள்முதல்வாதிகள், தங்கள் கொள்கைகளை வலுப்படுத்திக்கொள்ள இக்கொள்கையைத் தங்கள் தத்துவ உள்ளடக்கத்தோடு இணைத்துக் கொண்டார்கள். சுபாவவாதம் என்பது நாத்திகம் மட்டுமன்று, பொருள்கள் மாற்றம் அடைவதற்குக் காரணம் அவற்றின் சுபாவமே என்ற விஞ்ஞான கருத்தும் அதில் உள்ளது. இதுவே விஞ்ஞானச் சிந்தனையின் துவக்கம் என்று கூறலாம்.

நாத்திகம் பற்றி மார்க்சீயவாதிகளின் விமர்சனம்

பண்டைய இந்திய நாத்திகம், பண்டைய கிரேக்க நாத்திகம், தற்கால ஐரோப்பிய நாத்திகம் ஆகியவற்றின் தத்துவக் குறைபாடுகளை மார்க்சீயம்தான் போக்கி முழுமையாக்குகிறது.

"பண்டைக் கால நாத்திகத்தின் முக்கியமான பலவீனம் என்ன?" என்ற கேள்வியிலிருந்து நமது வாதத்தைத் தொடங்குவோம். நமது தத்துவவாதிகள் மிகத் திறமையான தர்க்கவாதங்களை, கடவுள் ஒரு மாயை, மன விகாரம் என்று நிரூபிக்க உருவாக்கியுள்ளார். இவ்வாறு கடவுளைப் படைக்கப் பிழையாக தருக்க முறைகளைக் கடவுள் நம்பிக்கையுடைய தத்துவவாதிகள் பயன்படுத்தியுள்ளார்கள். இந்திய நாத்திகவாதிகளது தருக்கத் தாக்குதல்களின் பின்னும் கடவுள் பிழைத்திருக்கிறாரே! மேலும் மேலும் பக்தர்கள் கடவுளே நம்புகிறார்களே! இது ஏன் என்று இந்திய நாத்திகர்கள் சிந்திக்கவில்லை. ஒரு மாயைத்தோற்றம், மக்கள் மனத்தை இவ்வளவு வலுவாகக் கவர்ந்து கொண்டது ஏன்?

கடவுள் என்ற கருத்தின் ஊற்றுக்கண் வேறொரிடத்தில் இருக்கிறது. இவ்வூற்றுக் கண்ணே நமது பண்டைய நாத்திகர்கள் அறிந்து கொள்ளவில்லை. மார்க்ஸ்தான் கடவுள் என்ற கருத்தும், வேறு எல்லாக் கருத்துக்களும் எவ்வாறு தோன்றின என்று விளக்கினார்.

ஃபயர்பாக் என்ற தத்துவவாதியின் பொருள்முதல் வாதம், ஹெகல் என்ற ஆன்மீகவாதியின் கொள்கைகளுக்கு எதிர்ப்பொலியாக ஒலித்தது. ஃபயர்பாக்கின் பொருள்முதல்வாத உள்ளடக்கத்தை மார்க்ஸ் பெரிதும் போற்றினார். ஆனால் பிரபஞ்சத்தின் வளர்ச்சியை பொருள்முதல்வாத அடிப்படையில் அவர் விளக்கவில்லை. பொருள் முதல்வாத அடிப்படையில் ஃபயர்பாக் உலக இருப்பையும், மனித மனத்தின் உள்ளடக்கத்தையும் ஆராய்ந்தார். மார்க்ஸ் ஃபயர்பாக்கை

பின்வருமாறு விமர்சிக்கிறார்: “ஃபயர்பாக் மதத்தினால் அந்நியவயமாகி இவ்வுலகு இரண்டாக பொய்யான மத உலகாகவும், உண்மையானப் புற உலகாகவும் பிரிகிறது. அவருடைய தத்துவ முயற்சியெல்லாம் இப்பொய்யுலகை, உண்மையான உலகிற்குக் கொண்டு வருவதாகவே இருந்தது. இப்படிச் செய்யும்பொழுது மிக முக்கிய தத்துவ முயற்சியை அவர் ஒதுக்கிவிட்டார். உண்மை உலகின் முரண்பாடுகள் தீர்வு காணப்படாதபொழுது அவை விண்ணில் ஒரு தனி உலகை அமைத்துக் கொள்கின்றன. உலகிலுள்ள முரண்பாடுகள் தீர்வு பெறாதவரை, அவற்றில் இருந்து தோன்றி விண்ணில் இருப்பதாகக் கருதப்படும் மாயைத் தோற்றங்கள் கலையாது. உலகக் குடும்பமே தெய்வக் குடும்பத்தின் அடிப்படை என்பதைக் கண்டுகொண்டால் இவ்வுலக வாழ்க்கை முரண் பாடுகளை ஆராய்ந்து நடைமுறையால் புரட்சிகரமாக மாற்ற முடியும்.”

ஃபயர்பாக் பற்றிய விமர்சன எழுத்துக்களில் மார்க்ஸ் கூறிய கருத்தை, எங்கல்ஸோடு சேர்ந்து மேலும் விளக்கினார்: “மனிதர்களுடைய செயலூக்கமான நடைமுறைச் செயல்களோடு, அவர்களுடைய எண்ணங்கள், சிந்தனைப்படைப்புகள்,உணர்வு என்ற மூளையின் படைப்புகள் தொடர்பு கொண்டவையாக இருக்கின்றன. இவை நடைமுறைச் செயல்களால் தொடர்புகொள்ளுகிற மனிதர்களின் உறவுகளின் விளைவேயாகும். உண்மையான வாழ்க்கையின் நிஜமான அல்லது வக்கிரமான பிரதிபலிப்புக்களே எல்லாச் சிந்தனைகளும் என்று நாம் அறிதல் வேண்டும். இவை பொருளுற்பத்தி என்ற மனிதர் செயல்களில் இருந்துதான் தோன்றுகின்றன. மனிதனது உற்பத்தி சக்திகள் ஒரு குறிப்பிட்ட காலகட்டத்தில் எந்த அளவு வளர்ச்சியடைந்திருக்கின்றனவோ, அதற்கேற்ப சமூக உற்பத்தி உறவுகளின் பிரதிபலிப்புகளாகச் சிந்தனைகள் தோன்றுகின்றன. மூளையில் தோன்றுகிற தெளிவற்ற எண்ணங்கள்கூட, வாழ்க்கையில் இருந்து பிரிந்து சுதந்திரமாக இருப்புக் கொள்ளவில்லை. இவை கூட சமூக இருப்பின் அடிப்படையில் தோன்றிய மேற்கோப்புகள்தாம். இவ்வடிப்படை புலனறிவுக்குப் புலப்படுபவையே. இவ்வாறாக ஒழுக்கம், மதம், அப்பாலைத் தத்துவங்கள் முதலிய

கருத்துக் கட்டமைப்புகளாகிய (Idealogy) உணர்வுருவங்கள் (Forms of Consciousness) சுதந்திரமானவையல்ல. அவை பொருளுற்பத்தி என்னும் மனிதர் செயலான அடிப்படையின்மீது எழுப்பப்பட்டவையே. பொருளுற்பத்தி வரலாற்றில் இருந்து பிரித்து உணர்வுருவங்களின் சரித்திரத்தை அறிய முடியாது. மனிதர்கள் உற்பத்திச் சக்திகளை வளர்த்துக் கொண்டு, உற்பத்தி அமைப்புகளையும், சமூக அமைப்புகளையும் மாற்றுகிறபோது அவ்வடிப்படையின்மீது எழுப்பப்பட்டிருக்கும் மேற்கோப்பு உருவங்களும் மாறுகின்றன. “உணர்வு வாழ்க்கையைத் தீர்மானிப்பதில்லை; வாழ்க்கைதான் உணர் வைத் தீர்மானிக்கிறது” என்பது மார்க்ஸின் புகழ்பெற்ற வாசகம்.

இவ்வுலக நோக்குத்தான் மார்க்ஸீய வரலாற்றுப் பார்வையின் அடிப்படை. ஒவ்வொரு சமுதாய அமைப்பின் உற்பத்தி முறைதான் நமது வரலாற்று ஆராய்ச்சியின் துவக்கப்புள்ளி. ஒவ்வொரு உற்பத்தி முறையிலும் மனிதர்கள் எவ்வித உறவு கொள்ளுகிறார்கள் என்பது உற்பத்திமுறை அமைப்பைப் பொறுத்தது. உற்பத்தி முறையின் தொடர்ச்சியான மாறுதல்கள், இவற்றால் மாறுகிற? மனிதர் உறவுகள், அவற்றின் தொடர்ச்சியான போக்குகள் இவற்றை வரலாறு விளக்கவேண்டும். இவற்றில் மனப்படைப்புகள், பொருளாதார அடிப்படையிலிருந்து விலகிச் செல்வதை அறிகிற விமர்சனம் செய்வது போதாது. விமர்சனம் மட்டுமல்ல, உற்பத்தி சக்திகள் வளரும் வகையில் உற்பத்தி உறவுகள் மாற்றப்பட வேண்டும், அடிப்படையானதும், மிகவும் முக்கியமானதுமான சமூக மாறுதல் புரட்சியாகும். உற்பத்திச் சக்திகளின் வளர்ச்சியும், அவ்வளர்ச்சிக்கேற்ப, சமூக அமைப்பு மாற்றப்படுவதுவே வரலாற்றின் இயக்கு சக்தியாகும். உற்பத்திச் சக்திகளின் பெருக்கத்தை விளக்கும் வரலாறே, தத்துவம், மதம் முதலிய எண்ணக் கட்டமைப்புகளின் வரலாற்றுக்கும் அடிப்படையாகும்.

மார்க்ஸ், எங்கல்ஸ் ஆகிய இருவரும் மேற்கூறிய கருத்துக்களை 1845–46இல் உருவாக்கினர். அதன் பின்னர் நூறாண்டுகளில் தொல்பொருள் ஆய்வும், மானிட ஆய்வும் பெரிதும் வளர்ச்சி பெற்றுள்ளன. இவை யாவும், இக்கருத்துக்களை செழுமைப்படுத்துகின்றன.

மார்க்ஸ் மதத்தைச் சிந்தனையில் இருந்து அகற்றத் தர்க்கத்தைக் கையாளவில்லை. சிந்தனை நிலையில் மதக் கருத்துக்களை நமது பண்டைய நாத்திகர்கள் எதிர்த்ததுபோல், மார்க்ஸ் செய்யவில்லை. மார்க்ஸ், 'மனிதன் மதத்தைப் படைத்தான்' என்று போதித்தார். மனிதனது உட்கிடையான தன்மை, தெய்வீகமானது என்ற கருத்தை அவர் எதிர்த்தார். கடவுள் நம்பிக்கை, அதைத் தோற்றுவித்த சமூகப்படை மாறும்போது மறையும் என்று கூறினார். வரலாற்றுப்படி முறை வளர்ச்சியின் ஒரு குறிப்பிட்ட கட்டத்தில் தனது புறவய வாழ்க்கைத் தேவைகளைப் பூர்த்தி செய்து கொள்ளவே மனிதன் மதத்தைப் படைத்தான். தனது ஆற்றலால் விளைச்சலை அதிகப்படுத்த முடியவில்லை. மழை பெய்யச் செய்ய முடியவில்லை, வேட்டை விலங்குகளைக் கொல்லமுடியவில்லை, போரில் வெற்றி பெற முடியவில்லை என்று உணர்ந்த மனிதன், மந்திர தந்திரங்களையும், கடவுள்களையும் தனது ஆற்றல மிகுவித்துக் கொள்ளப் படைத்தான். இக்கருத்துக்கள் மனித வரலாற்றில், மனிதன் தனது புறவய வாழ்க்கையில் தனது ஆற்றல் குறைவை உணரும் போது, இயலாமையை உணரும்போது, தன்னைவிட அதிகமான சக்தி படைத்த தெய்வங்களைத் தனது கற்பனையால் படைத்து அவற்றிடம் தனது தேவைகளைப் பூர்த்தி செய்து வைக்க கோரிக்கை விடுத்தான்.

இவ்வாறு மனிதன் மதத்தைப் படைத்தான். மனிதன் உலகத்திற்கு வெளியே வாழும் விலங்கு அல்ல. தற்காலப் பரிணாமவாதம் மனிதனது தோற்ற மூலத்தை விளக்குகிறது. மிகவும் சிக்கலான இயற்கை மாற்றங்களுக்குப் பின்னர், இம்மாற்றங்களின் விளைவாக மனிதன் தோன்றினான். பிற விலங்குகளைப்போல அவனும் இயற்கையின் ஒரு பகுதிதான். மனிதன் தோன்றிய பின் விலங்குகளுக்கும் இயற்கைக்கும் இடையே உள்ள உறவு தன்மை, மாற்றம் அடைந்தது. விலங்குகள் இயற்கையோடு இசைந்து போகின்றன. இயற்கையின் வலிமைக்கு இணங்கித் தங்களது உறுப்புக்களை மாற்றிக் கொள்ளுகின்றன. இயற்கையோடு அவற்றின் உறவு, செயலூக்கமற்றது (Passive) தான். இயற்கையளிக்கும் காய்கனிகளை அவை உண்கின்றன. உணவைத் தேடிப் பெற்றுக் கொள்பவையாக (food gatherers) அவை இருக்கின்றன. செயலூக்கத்தோடு உணவை உற்பத்தி

செய்வதில்லை. குளிர் தாங்க உரோமத்தை இயற்கை சில விலங்குகளுக்கு அளித்துள்ளது. இயற்கையை அவை தங்கள் வாழ்க்கையால் மாற்றியபோதிலும் அம்மாற்றங்கள் அவற்றின் உணர்வில் பதிவதில்லை. அவைபற்றி அவை சிந்திப்பதில்லை. மனிதனது தோற்றம் ஒரு விலங்குதான் என்றாலும், பிற பிராணிகளைப்போல இயற்கையோடு அவன் கொண்டுள்ள தொடர்பு செயலூக்கமற்றதல்ல. தனது உயிரியல் உறுப்புகள் (கை, கால், வாய், பல் முதலியன) இயற்கையில் ஏற்படுத்தும் மாறுதல்களை அவன் உணருகிறான். தனக்குத் தேவையான மாறுதல்களை இயற்கையில் ஏற்படுத்துவதோடு அவற்றை நெறிப்படுத்தவும் மனிதனால் முடியும். இப்பொழுதுதான் அறிபவன், அறியப்படுவது (Subject, Object) என்ற கருத்துக்களுக்குப் பொருளான உண்மைகள் தோன்றுகின்றன.

இந்த மாற்றத்திற்குக் காரணம் என்ன? மனிதன் தனது உயிரியல் கருவிகளைப் (Biological equipment) பயன்படுத்துகிறான். முக்கியமான உறுப்புகளின் மூளை, கைகள், பேச்சுறுப்புகள் இவற்றைச் செயல்படுத்துகிறான். இவற்தைக் செயல்படுத்தும்போது விளையும் ஆற்றல்தான் உழைப்பு. இந்தச் செயல்பாட்டில் இயற்கையும் மனிதனும் பங்கு, பற்றுகின்றனர். ஆனால் மனிதன் உழைப்பு என்னும், ஆற்றலால் இயற்கை மீது தனது செயலைத் துவக்கி, இயற்கையை கட்டுப்படுத்தி, தனக்கும் இயற்கைக்கும் உள்ள உறவை உணர்வுப் பூர்வமாக நெறிப்படுத்துகிறான்.

மின்னல் மின்னும் போதும், மழை பெய்யும் பொழுதும், சில ரசாயன மாற்றங்கள் நிகழ்கின்றன. இவை இயற்கை நிகழ்ச்சிகள். விலங்குகளும், மனிதனும் அஞ்சியோடுகின்றன. ஆனால் மனிதன் இந்நிகழ்ச்சிகள் நடைபெறும்போது என்ன மாற்றங்கள் உண்டாகின்றன என்று சிந்திக்கிறான். அவன் இயற்கையோடு தொடர்பு கொண்டதால் அவன் மூளையில் படைத்துக் கொண்ட ரசாயன் அறிவைப் பயன்படுத்துகிறான். காற்றில் ஆக்ஸிஜன், நைட்ரஜன் என்ற வாயுக்கள் உள்ளன. மின்னல் வெளிப்படும் பொழுது மின்னாற்றல் பாய்ச்சல் (discharge) வாயுக்களின் ஊடே செல்லுகிறது. இதனால் இவ்விரண்டு வாயுக்களும் கூடுகின்றன. மழைத் தண்ணீரில் இக்கூட்டுப்பொருள் (நைட்ரிக்

ஆக்ஸைடு) கரைந்து ஒரு அமிலம் ஆகிறது. இது பூமியினுட் செல்லுகிறது. பூமியினுள் உலோகத்தாதுப் பொருள்கள் உள்ளன. அவற்றோடு இவ்வமிலம் எதிர்வினை செய்து உரப்பொருள்கள் இயற்கையில் கிடைக்கின்றன.

இயற்கை நிகழ்ச்சிகளைக் கவனித்த மனிதன், முன் இயற்கையில் தலையிட்டுக் கிடைத்த அனுபவம், அனுபவத்தில் இருந்து முன் கிடைத்திருக்கும் கொள்கையறிவு இவற்றைப் பயன்படுத்தி இயற்கைப் போக்கில் தலையிடுகிறான் காற்றிலுள்ள வாயுக்களைச் சேரவைக்கும் அளவு வெப்பத்தை மின் ஆற்றலால் உண்டாக்குகிறான், 'மின் ஆற்றல் ஆர்க்' என்ற மின் வெப்பக் கருவியின் கரித் துண்டுகள் ஜ்வலிக்கும்போது காற்றை உட்செலுத்துகிறான். வாயுக்கள் கூடி நைட்ரிக் ஆக்ஸைடு உண்டாகிறது. இதனை நீரில் கரைக்கிறான். இந்த அமிலத்தை அம்மோனியா வாயுவோடு சேர்க்கிறான். இதுகூட ஹைட்ரஜன், நைட்ரஜன் ஆகிய இரு வாயுக்கள் கூடிக் கிடைத்த சுட்டுப் பொருளே. இதுகூட இயற்கையில் தலையிட்டுக் கட்டுப்படுத்தித் தனக்குத் தேவையான் பொருளாக மனிதன் செய்துகொண்டதே.

மேற்கூறிய, "இயற்கைமீது தனது செயலைத் துவக்கி, இயற்கையைக் கட்டுப்படுத்தி, தனக்கும் இயற்கைக்கும் உள்ள உறவை உணர்வுப் பூர்வமாக நெறிப்படுத்துகிறான்" என்ற எங்கல்ஸின் வாசகத்துக்கு இது மிக நல்ல உதாரணம்.

இவ்வாறு இயற்கையை மாற்றும் பொழுது மனிதனும் மாறுகிறான். பொருள்களின் யாந்திரிக, ரசாயன, பௌதீக இயல்புகளை அறிந்து அவற்றைத் தன்து தேவைக்கேற்ற பண்புகளாக மனிதன் மாற்றிக் கொள்கிறான். இவ்வாறு மனிதனது அறிவு அவனது கை, கால், மூளைபோல அவனது உறுப்புகளில் ஒன்றாக ஆகிவிடுகிறது. இதனால் முன்னிலும் அதிகமான ஆற்றல் பெற்றவகை மனிதன் ஆகிறான். இது குறித்து 'கார்டன் சைல்டு' என்ற தொல்பொருள் பேராய்வாளர் கீழ்வருமாறு கூறுகிறார். "இயற்கையையும், இயற்கையோடு போராட மனிதன் புனைந்து கொண்ட கருவித் தொகுதிகளையும், மனிதனது உடல்புற உறுப்புக்கள் (Extra Corporeal Organs) என்று அவர் அழைக்கிறார். இவை ஆரம்பத்தில் மிக

எளிய கருவிகளாக இருந்தன. ஒரு முறிந்த மரக்கிளை, கூர்மையாக்கப்பட்ட கல் இவை போன்றவை தாம் மனிதன் பயன்படுத்திய பண்டைக் கருவி.” கருவிகளைச் செய்யும் ஆற்றல் மூளையின் திறத்தால் மனிதனிடம் வளர்ச்சியடைந்தன. இச்சிறு கருவியைச் செய்த மனிதன், தனது உழைப்பால், இன்று விண்கலங்களை கோடிக்கணக்கான மைல்களுக்கு அப்பால் அனுப்புகிறான். அவை கோடிக்கணக்கான மைல்களுக்கு அப்பாலுள்ள விண்கோளங்களை படம் பிடித்து உடனே சில ஒளிக்கதிர்கள் மூலம் உலகிற்கு அனுப்புகின்றன. இவ்வளவு தூரத்தில் உள்ள கோளங்களின் படங்கள், மனிதன் அவற்றைக் கண்ட மறுநாளே தினசரிகளில் வெளியாகின்றன. இன்று மனிதன் தனது உடலுழைப்பாலும், மூளை உழைப்பாலும், இயற்கையாற்றல்களில் பல கூறுகளை தனது தேவைகளுக்காக வென்றுள்ளான்.

இவ்வாறு இயற்கையோடு போராடக் கருவிகளைச் செய்து உற்பத்திச் சக்திகளை முன்னேற்றிய மனிதன், விஞ்ஞானத்தை வளர்த்தான். பொருள் உற்பத்தியில் முன்னேறிய மனிதன் தன் தேவைகளை நிறைவேற்றிக் கொள்ள முடியாதபோது பல நம்பிக்கைகளையும் படைத்தான். அவனது உற்பத்தி அமைப்பு முறையின் வளர்ச்சியின் ஒரு கட்டத்தில் சில நம்பிக்கைகள் தோன்றின.

பொருள் உற்பத்தி அமைப்பை (சமூக அமைப்பு) மூன்று கட்டங்களாகப் பிரிக்கலாம். வர்க்கங்கள் தோன்றுவதற்கு முற்காலம் (இனக் குழுக்காலம்), வர்க்கப் பிரிவினையுள்ள காலம் (வர்க்க சமுதாய காலம்), வர்க்கங்கள் இல்லாத காலம் (வர்க்க பேதங்கள் அகன்ற காலம்) என்று இச்சமூக வளர்ச்சிக் கட்டங்களைப் பகுக்கலாம்.

வர்க்க முற்காலத்தின் உற்பத்திச் சக்திகள் மிகவும் தாழ்ந்த நிலையில் இருந்தன. இந்தக் காலகட்டத்தில் ஒரு மனிதன் உழைப்பை வேறோர் மனிதன் சுரண்ட இயலாது. ஏனெனில் உழைப்பினால் விளையும் பொருள் உற்பத்தி சமூகத்தின் வாழ்க்கையை நடத்துவதற்கே போதாது. எனவே பட்டினியையும் பற்றாக் குறையையும்தான் சமூக உறுப்பினர்கள் பங்கு போட்டுக் கொண்டார்கள். எல்லோரும் ஏழைகளாக

வாழ்ந்ததால் எல்லோருடைய உழைப்பின்மீதும் சமூக இருப்பு ஆதாரப்பட்டிருந்தது.

மனிதன் தனது உழைப்பால் பண்டைக் கருவிகளை அபிவிருத்தி செய்து கொண்டான். புதிய கருவிகளைப் புனைந்தான். இவற்றால் மேலும் திறமையாகத் தன் உழைப்பை வழிப்படுத்தினான். உற்பத்தி அதிகமாயிற்று. சமூக வாழ்க்கைக்குத் தேவையானது போக பொருள்கள் மிஞ்சின. இதனை மார்க்சீயவாதிகள் உபரிப்பொருள் (Surplus product) என்று அழைக்கிறார்கள். முந்திய இனக்குழு சமூகத்தில் எல்லோரும், எல்லா வகையான உழைப்பிலும் ஈடுபட்டிருந்தார்கள். ஒருவனே வேட்டையாடி விலங்குகளைக் கொன்று குழுவிற்கு உணவு கொணர்ந்தான். அவற்றின் தோலை உரித்துப் பதனிட்டு உடைகள் தைத்தான். சிறு குடிசைகள் கட்டினான். பண்டைய விவசாயம் செய்தான். தெய்வங்களை நினைத்து வாழ்க்கையில் செழிப்பை வேண்டிக் கொண்டு ஆடிப்பாடினான். எல்லோரும், எல்லாத் தொழில்களையும் செய்தார்கள். ஆட்டம், பாட்டு முதலிய கலைகளில் எல்லோருமே கலைஞர்களாகவும், ரசிகர்களாகவும் பங்கு கொண்டனர்.

மாறிய நிலைமையில், தொழில் பிரிவுகள் தோன்றின. கைத்தொழில் வல்லவர்கள் செய்யும் தொழிலால், தொழிற் பிரிவுகளாகப் பிரிந்தனர். விவசாயம், கைத்தொழில்கள் வளர்ந்தன. கைத்தொழில்கள் மிகப் பல தோன்றின. இவர்களையே 'வினைவலார்' என்று பண்டைய தமிழ் நூல்கள் அழைக்கின்றன. தொழிற் பிரிவு, உற்பத்திச் சக்திகளை வளர்க்கக் காரணமாயிற்று.

இந்நிலைமை குறித்து எங்கல்ஸ், "குடும்பம், தனிச் சொத்து, அரசு ஆகியவற்றின் தோற்றம்" என்னும் நூலில் எழுதினார்: "தொழில் பிரிவுகள், தொழிற் திறமையையும், உற்பத்தித் திறமையையும் வளர்த்தன. தொழில் நுணுக்கம் முன்னேற்றம் கண்டது. இதனால் சமூகத்தில் 'உற்பத்தி செய்பவர்கள்', 'உற்பத்தியை அமைப் பவர்கள்' (Producers and Organisers of production) என்ற உழைக்கும் பிரிவினரும், தாம் உழைக்காமல், உழைப்பைத் திட்டமிட்டு அமைப்பவர்களும் என்ற பிரிவுகள் தோன்றின. உழைப்பை அமைப்பவர்கள் உழைப்பின் கடுமையில் இருந்து

விடுதலை பெற்றனர். இவர்கள்தான் 'சிந்தனையாளர்களாக', 'மதகுருமார்களாக', 'மந்திர தந்திரங்களை' நடத்துபவர்களாக, பொருளூற்பத்தி உழைப்பில் இருந்து விலகிச் செயல்பட்டனர். இவர்களில் சிலர் மதக்கொள்கைகளையும், வேறு விஞ்ஞானச் சிந்தனைகளையும் உருவாக்கினர். வானவியல், கணிதம், பௌதீகம், ரசவாதம் போன்ற பல விஞ்ஞானங்களை இவர்கள் வளர்த்தார்கள். இவர்கள் உழைப்பை மிகவும் இழிவாகக் கருதினர். உதாரணமாக இந்தியாவில் ஆரிய சமூகத்தில் பிராமணனும், க்ஷத்திரியனும் ஏரைத் தொடக்கூடாது என்று தர்ம சாஸ்திரங்கள் சொல்லுகின்றன. பிராமணன் ஏழையாகிவிட்டால் அடுத்த வருணமான க்ஷத்திரியன் தொழிலைச் செய்யலாம். இதற்கு ஆபத்து தர்மம் என்று பெயர். அது போன்றே க்ஷத்திரியன் வைசியன் தர்மத்தைக் கடைப்பிடிக்கலாம். ஆனால் மேலிரண்டு வருணத்தாரும் சூத்திரனைப் போல் உடல் உழைப்பை ஒருபோதும் மேற்கொள்ளக் கூடாது. இது போன்றே பௌத்தத் துறவிகள் ஏரைத் தொடக்கூடாது. பொருள் வருவாயுள்ள எந்த உழைப்பையும் மேற்கொள்ளல் ஆகாது. இவ்வாறாக உழைக்க ஆனால் உழைப்பை அமைக்கும் சமூகப் பிரிவாக ஆளும் வர்க்கமும், உழைப்பையே வாழ்க்கைச் சாதனமாகக் கொண்ட உழைக்கும் வர்க்கமும் ஆக பண்டையச் சமுதாயம் பிரிந்தது. இப்பிரிவினரையே மேலோர், கீழோர் என்று பண்டைத் தமிழர்கள் குறிப்பிட்டனர்.

இம்மாறுதல் எவ்வாறு நடந்தன என்று மார்க்சீய சமூக மானிடவியலார் ஆராய்ந்து வருகிறார்கள். இப்போது, பண்டைக்காலச் சமுதாய வளர்ச்சிபற்றி நாம் அறிந்துள்ள மார்க்சீய சிந்தனையை மிகவும் சுருக்கமாக நான் மேலே குறிப்பிட்டுள்ளேன். மேற்கூறியவாறு சமுதாய வரலாற்றில் தோன்றிய ஆளும் வர்க்கமும், தனது ஆதிக்கத்தை நிறுவிக் கொள்ள வன்முறைக் கருவியொன்றைப் படைத்துக் கொண்டது. உழைக்கும் மக்களும், தங்களது தொழில்களை அமைதியாகச் செய்யத் தேவையானது அரசு என்று நம்பினார்கள். முதன் முதலில் சமூகத்தின் எல்லா உறுப்பினர்களின் சம்மதத்தோடு அரசு தோன்றியது. இதனை மகா சம்மதம் என்று நீதி நூலோர் அழைப்பர். பின்னர் அது ஆளும் வர்க்கத்தின் நலன்களைப்

பாதுகாக்கும் வன்முறைக் கருவியாக மாறிற்று. எங்கல்ஸ் கூறுகிறார்:

“சமூகத்திற்கு வெளியில் இருந்து அதன் மீது திணிக்கப் பட்டதன்று, அரசு சமூக வரலாற்றின் ஒரு குறிப்பிட்ட வளர்ச்சி கட்டத்தில் சமூகத்தால் படைக்கப்பட்டது தான் அது. பல பொருளாதார முரண்பாடுகள் சமூகத்தில் தோன்றிவிட்டன. இவற்றிற்குத் தீர்வு காண முடியவில்லை என்ற உண்மையின் ஒப்புதல் வாக்கு மூலமே அரசு இந்த முரண்பாடுகளும், பகைமையும் சமூகத்தையே அழித்து விடாமல் இருக்க, சமூகத்திற்கு மேலே இருப்புக் கொண்டது போலத் தோற்ற மளிக்கும் ஒரு அமைப்பை சமூகம் ஏற்றுக் கொண்டது, இதுவே அரசு. இது சமூகத்தில் இருந்து பிறந்து, சமூகத்தின் மீது ஆதிக்கம் செலுத்துகிற நிறுவனமாக அதற்கு மேலே இருப்பது போலத் தோன்றுகிறது. சமூகத்தை ஒழுங்காக நெறிப்படுத்தத் தோன்றிய அரசு, அதனின்றும் அந்நியவயமாயிற்று. மேற்குறிப்பிட்ட வர்க்கப் போராட்டங்களைக் கட்டுப் படுத்தி வைக்க, அது வலிமை மிக்க நிறுவனமாகத் தன்னைத்தானே வளர்த்துக் கொண்டது. பொருளா தார ஆதிக்கம் உள்ள ஆளும் வர்க்கம் தங்கள் நலன்களைப் பாதுகாத்துக் கொள்ள, உழைக்கும் வர்க்கத்தை வன்முறையால் ஒடுக்க அரசு கருவியாகத் தோற்றம் கொண்டது.” “அரசு, மக்களைக் கட்டாயப்படுத்தும் கருவி” (Coercive apparalisis) என்று மார்க்ஸ் கூறுகிறார். சட்டங்கள், நீதிமன்றங்கள், போலீஸ், ராணுவம் முதலியன அரசின் வன்முறைக் கருவிகள். ஆளும் வர்க்கத்தின் நலன்களைப் பாதுகாக்க, மக்களை அடக்க இவை பயன்படுத்தப்பட்டன. இந்த அரசுதான் தன்னைப் பாதுகாத்துக் கொள்ள மக்கள் மனத்தையும் செயலற்ற நிலையில் வைத்திருக்க வேண்டியிருந்தது. இதற்காக அவர்களுக்கு மதம் என்ற அபினியைக் கொடுத்தது. மார்க்ஸ் கூறுகிறார்:

இவ்வரசும், இச்சமூகமும் தலைகீழான உலகம் பற்றிய உணர்வைப் படைக்கின்றன. அதுதான் மதம். மதம், இந்நிலையில் உலகம் பற்றிய பொதுக் கொள்கை. சர்வாம்சமான ’அறிவு’த் தொகுப்பாக அது தோன்றுகிறது. ஜனரஞ்சகமான தருக்கமாகவும், சமூகத்தின் ஆன்மீக கௌரவமாகவும் அது

மதிக்கப்படுகிறது, ஒழுக்க விதிகளைக் கட்டுப்படுத்துகிறது. மன ஆறுதலுக்குப் பொதுவான சாதனமாகவும் தோன்றுகிறது. மனிதனது ஆத்மாவின் மாயையான பூர்த்தியாக அது இருக்கிறது. இப்பூர்த்தி உண்மையானதன்று. மதத்தை எதிர்க்கும் போராட்டம், அதன் வெளிப்பாடான வேறோர் கற்பனை உலகத்தை எதிர்க்கும் போராட்டமாகவும் இருத்தல் வேண்டும். இவ்வுலகின், ஆன்மீக வாசனைதான் மதம், உண்மையான சோகத்தின் வெளிப்பாடாகத்தான் மதத்தின் சோக உணர்ச்சி இருக்கிறது. உண்மையான சோகத்தை எதிர்க்கும் உணர்ச்சி மத உணர்ச்சியில் உள்ளது. ஒடுக்கப்பட்ட ஜீவன்களின் பெருமூச்சாக மதம் உள்ளது. இதயமற்ற உலகின் இதயமாக அது தோற்றம் அளிக்கிறது. ஆன்மாவற்ற நிலையில் ஆன்மா போன்று அது காணப்படுகிறது. உண்மையில் மக்களை (மயக்கும்) அபினி போன்றது மதம்.

"மாயையான மதத்தை ஒழிப்பது மாயையான மத மகிழ்ச்சியை அகற்றுவதற்கும் உண்மையான மகிழ்ச்சிக்காக மனிதன் போராடுவதற்கும் அவசியம். மதம் பற்றிய விமர்சனம், மாயையான பந்தங்களிலிருந்து மனித மனத்தை விடுவிக்கிறது. விடுதலை பெற்ற மனம் புற உலக வாழ்க்கையில் மனிதனது இடம் பற்றிச் சிந்திக்கிறது. மதம் மனிதனைச் சுற்றிச் சுழலுவதாகத் தோன்றும் மாயைத் தோற்றமான சூரியன். மனிதன் தன்னைத்தான் சுற்றிச் சுழலும்போது இத்தோற்றம் அகன்று விடுகிறது."

"மார்க்ஸ் உண்மைக்கப்பால் உள்ள உலகம் மறைந்துவிட்ட பிறகு, புற உலகின் உண்மையைக் காண்பதே வரலாற்றின் கடமையாகும். வரலாற்றின் பணிக்கு உதவும் தத்துவம், மனிதன் அந்நியப்படுதலால் விளையும் 'புனிதமான உருவங்களை' (மதக்கருத்துக்கள்) பொய்யெனக் காட்டுவதால் புனிதமற்ற உருவங்களின் (புற உலகின் உண்மையை) யதார்த்த நிலையை, அதன் முரண்பாடுகளை சுட்டிக் காட்டுவதும் ஆகும். இதனால், சுவர்க்கத்தைப் பற்றிய விமர்சனம், உலகம் பற்றிய விமர்சனமாக மாறுகிறது. மதம் பற்றிய விமர்சனம், நியாயம் பற்றிய விமர்சனம், கடவுளியல் பற்றிய விமர்சனங்களெல்லாம் அரசியல் பற்றிய விமர்சன மாற்றம் அடைகிறது. மார்க்ஸ் தமது

காலத்தில் உற்பத்திச்சக்திகளின் வளர்ச்சி நிலையை ஆராய்ந்தார். இவற்றின் வளர்ச்சி, வருங்காலத்தில் சமூகத்தை மாற்றியமைக்க வேண்டிய அவசியத்தை ஏற்படுத்துகிறது என்பதை உணர்ந்தார். இதனை உணர்ந்த காரணத்தால், வருங்காலத்தைப்பற்றி 'முன்னம்' கூறி அதற்காகப் போராட வேண்டும் எனக் கூறினார். மனிதன் சமூக விடுதலை பெறும் காலத்தில், தற்காலிக ஊக்கி (stimulent– தேநீர், காபி போல)யாகவோ, வேதனைக் குறைக்கும் மருந்தாகவோ மதம் இருக்க வேண்டியதில்லை என்று உறுதியாக அறிவித்தார்.

மார்க்ஸ் எழுதினார்: கடந்த காலத்தின், சமுதாய வரலாறு, வர்க்க முரண்பாடுகள், வர்க்கப் பகைமை இவற்றை, இவற்றின் வளர்ச்சி நிலைகளில் ஆராய்வதாகும். அவற்றின் வடிவங்களை அறிவதையும் வரலாறு உள்ளடக்கமாகக் கொண்டுள்ளது. கடந்த சமுதாயங்களின் அமைப்பு களில் பல வேறுபாடுகள் காணப்பட்டாலும் அவையனைத்தும் ஒரு அடிப்படையான தன்மையில் ஒன்றாகவே இருக்கின்றன. அவையாவும் ஒரு சிறுபான்மைப் பிரிவினர், மற்றோர் பெரும்பான்மைப் பிரிவினரை சுரண்டுகிற அமைப்புக்களே. இவ்வடிப்படைகளில் இருந்து தோன்றிய கருத்துக்களில் சில பொதுப்படையான கூறுகள் காணப்படுகின்றன. வர்க்கப் பகை ஒழியும் வரை இச்சிந்தனைகள் இருந்துதான் தீரும்.

"கம்யூனிஸ்டுப் புரட்சி மரபு வழியான சொத்துரிமை உறவுகளை ஒழித்து மரபையே மாற்றுகிறது. எனவே மரபு வழியான கருத்துகளில் இருந்தும் ஒரு முறிவை உண்டாக்கிப் புதிய கருத்துக்களைப் படைக்கிறது."

இப்புதிய கருத்துக்கள், வரலாறு முழுவதிலும் சிதறிக் காணப்படுகிற தீவிரமான, மனித நேயக் கருத்துக்களின் புதிய காலகட்டத்தின் வளர்ச்சியே.

ரஷ்யாவில் புரட்சி வெற்றி பெற்று ஐந்து ஆண்டுகள் கழித்து. 1922–ல் லெனின் மதக்கருத்துக்களை எதிர்த்து நாத்திகத்தைப் பரப்ப வேண்டியதன் அவசியத்தை வலியுறுத்தினர். மதக்கருத்துக்களின் அழுத்தம் மக்கள் மனதில்,புதிய மனித நேயமும், முற்போக்கான கருத்துக்கள் வளராமல் தடைக் கல்லாக இருந்து, மக்களது விடுதலை பெற்ற உழைப்புச் சக்தி

வளராமல் தடுப்பதையும் உணர்ந்து, மதக் கருத்துக்களையும், கடவுள் நம்பிக்கையையும் எதிர்த்து விரிவான பிரசாரம் மேற்கொள்ள வேண்டும் என அவர் எழுதினார்: லெனின் எழுதினார்:

"எல்லா மொழிகளிலும் இப்பொருள் பற்றி (நாத்திகம்) எழுதப்பட்டிருக்கும் நூல்களை எல்லாம் கவனமாகப் படித்து அவற்றில் இருக்கும் முக்கியமான கருத்துக்களை விமர்சனம் செய்தல் வேண்டும். அல்லது மதிப்புரைகள் எழுத வேண்டும்,"

"எங்கெல்ஸ் தமது காலப்புரோலிட்டேரியன் தலைவர்களுக்கு, 18–ம் நூற்றாண்டின் தீவிரமான நாத்திக நூல்களை மொழி பெயர்க்கும்படி ஆலோசனை கூறினார், 18–வது நூற்றாண்டின் புரட்சிவாதிகளின் எழுத்துக்களில் அறிவியல் பூர்வமற்ற கருத்துக்களும், அப்பாவித் தனமான வாதங்களும் மிகுதியாக உள்ளன. ஆயினும் இவற்றையெல்லாம் சுருக்கி,அடிக்குறிப்புகள் கொடுத்து, அறிவியல் பூர்வமான மதம் பற்றிய விமர்சனங்கள் எழுத் வேண்டும். 18–ம் நூற்றாண்டில் முன்னேற்றம் கண்டிருந்த மத எதிர்ப்புக் கருத்துக்களைச் சுட்டிக் காட்ட தற்காலத்தில் பதிப்பாளர்களுக்கு யாரும் தடை விதிக்கவில்லை. கோடிக்கணக்கான மக்கள் (முக்கியமாக விவசாயிகளும், தொழிலாளிகளும்) எழுத்தறியாமையிலும், மதங்கள் பிரசாரம் செய்யும் மூடத்தனத்திலும் ஆழ்ந்து கிடக்கும் பொழுது, மார்க்சீய கல்வியென்னும் நேர்வழியால் இவர்களது மனத்தில் அறிவொளி பாயச் செய்யலாம் என்று மார்க்சீயவாதிகள் கருதினால் அது பெருந்தவறாகும். இம்மக்கள் பெருங் கூட்டத்திற்கு பலவேறு விதமான நாத்திக எழுத்துக்களை அளித்தல் அவசியமானது. வாழ்க்கையின் பலவேறு துறைகளில் இருந்து உண்மைகளை அவர்கள் அறிந்து கொள்ள வேண்டும். அவர்களுக்கு ஆர்வமுள்ள துறைகளில் நாம் அவர்களைச் சந்திக்க வேண்டும். மத மயக்கத்தினின்றும் அவர்களை விழிப்புறச் செய்ய வேண்டும். அவர்கள் எழுச்சிபெறச் செய்வதற்கு பலவேறு முறைகளை நாம் கையாள வேண்டும். மார்க்ஸ், எங்கல்ஸ் இருவருடைய முக்கியமான நூல்களை நாம் (ரஷ்ய மொழியில்) மொழி பெயர்த்துள்ளோம். பழமையான நாத்திகம், பழமையான பொருள்முதல் வாதம் இவற்றிற்கு

மார்க்ஸும், எங்கல்ஸும் அளித்த பிழைத்திருத்தங்கள் மக்கள் மனத்தைக் கவராமல் போய்விடுமோ என்று அஞ்ச வேண்டியதில்லை. மார்க்ஸிஸ்டுகளாகத் தங்களைக் கருதிக் கொள்ளும் கம்யூனிஸ்டுகள் ஒரு முக்கியமான விஷயத்தை கவனத்தில் கொள்ளுவதில்லை. அறிவு வளர்ச்சி பெறாத மக்கள் மனங்களில் மதப் பிரச்சினைகள் பற்றி ஒரு அறிவுக் கூர்மையான போக்கை உண்டாக்கவும் மதம் பற்றிய அறிவுக் கூர்மையான விமர்சனம் செய்ய மக்கள் கற்றுக் கொள்ளவும் ஓர் எழுச்சியை உண்டாக்குவது தமது கடமை என்று கம்யூனிஸ்டுகள் உணர வேண்டும்''. இக்கட்டுரை சில முக்கியமான விஷயங்களைச் சுட்டிக் காட்டியுள்ளது. அவை யாவன:

1. இந்தியத் தத்துவங்கள் அனைத்துமே கடவுள் நம்பிக்கையைப் போதிக்கவில்லை. மாறாக, மிகப் பெரும்பான்மையானவை கடவுளை மறுக்கின்றன,

2. நமது பண்டைய நாத்திகவாதிகளின் பலவீனங்களை, மார்க்சீயம்தான் நிவர்த்தி செய்து அவர்களது நாத்திக வாதத்தை தருக்க நிலையில் இருந்து, கீழே கொணர்ந்து வாழ்க்கை நிலையோடுள்ள தொடர்பைச் சுட்டிக் காட்டுகிறது.

3. இன்று, மார்க்சீயம் உலகெங்கும் பரவியுள்ள நிலையில் கூட, நமது பண்டைய நாத்திக வாதிகளின் கடவுள் மறுப்பு வாதங்கள், பயனுள்ள தர்க்க வாதங்களாகவே உள்ளன. அவற்றை முற்போக்காளர்கள் கற்றுக் கொள்ள வேண்டும்.

மேற்கூறிய மரபும் அதன் தற்கால வளர்ச்சியான மார்க்சீயமும் வளர்த்துள்ள நாத்திகத்தின் அடிப்படையில் பெரியாரின் நாத்திக வாதத்தை மதிப்பிட வேண்டும். மார்க்சீயவாதிகள் பெரியாரின் நாத்திகத்தை, சமூக வளர்ச்சிப் போக்கின் வெளிப்பாடாக ஆராய வேண்டும். இத்தகைய ஆராய்ச்சி இன்னும் துவங்கவில்லை.

ஆராய்ச்சி துவங்கு முன்னரே, முடிவுகளுக்கு வருவது மார்க்சீயவாதிகளின் மரபல்ல. ஆயினும் சில மேற்போக்கான கருத்துக்களை இங்கு கூறலாம்.

பெரியார் முரணற்ற நாத்திகர். "கடவுள் இல்லை, இல்லை. கடவுளை நம்புபவன் முட்டாள்" என்ற அவருடைய முழக்கங்களை, அவருடைய சிலைகளின் கீழ் செதுக்கி

வைத்துள்ளார்கள். அவருடைய சுயமரியாதை இயக்கத்தில் இருந்து பிரிந்து வந்தவர்கள் கடவுளை ஒப்புக் கொண்டு. நாத்திகத்தை கைவிட்டார்கள். “ஒன்றே குலமும், ஒருவனே தேவனும்” என்ற முழக்கத்தை அரசியல் சௌகரியத்துக்காக மேற்கொண்டார்கள்.

பெரியார் கடவுள் எதிர்ப்போடு, மூடநம்பிக்கைகளை எதிர்த்தும் பிரச்சாரம் செய்தார். தீமிதியின் தெய்வத் தன்மையை மறுத்து, எவ்வித விரதங்களும் இல்லாமல், கடவுள் இல்லை என்று முழங்கிக் கொண்டு அவருடைய மாணவர்கள் தீமிதி நடத்தினார்கள்.

கடவுளை, சமூகமும், அரசும் ஒரு குறிப்பிட்ட வளர்ச்சி நிலையில் படைத்தது என்ற மார்க்ஸீய சிந்தனையை அறியாமல் அவர் சமூகப் படைப்பின் ஒரு பிரிவினரான பிராம்மணரையே, கடவுளைப் படைத்தவர்களாகவும், தங்கள் பிழைப்புக்கு தாங்கள் படைத்த மாயையான கடவுளையே பயன்படுத்தினார்கள் என்று கூறினர். பிராம்மணரையும், சூத்திரரையும் சமூக வரலாறு படைத்தது என்ற உண்மையை அவர் அறியவில்லை. அவருடைய நாத்திகம் பொது அறிவைப் பயன்படுத்தி உருவாக்கப்பட்டது. அதில் விஞ்ஞானக் கொள்கைகளை அவர் பயன்படுத்தவில்லை. எனவே அது கரடுமுரடாக (Crude) இருந்தது. அவருடைய காலத்தில் மார்க்சீயத்தைக் கற்றுணர வாய்ப்பு இருந்தது. ஆனால் அவருடைய நாத்திகத்தில் மார்க்சீயப் பொருள்முதல் வாதத்தின் தாக்கம் எதுவும் இல்லை. பண்டையப் பொருள்முதல்வாதிகள் வாதங்களின் சிலவற்றை அவர் பயன்படுத்திக் கொண்டார். அவருடைய நூற்றாண்டு விழாவில் நாத்திக சிந்தனையை மிகவும் துணிச்சலோடு மக்களிடையே பிரச்சாரம் செய்தார் என்பதை நினைவு கொள்வோம். அவருடைய பிரசாரம் பல நாத்திகர்களை உருவாக்கிற்று என்பதை ஒப்புக்கொள்ளலாம். ஆனால் வளர்ந்து வரும் அறிவியல் உண்மைகள், அவற்றின் அடிப்படையில் உருவாகும் அறிவியல் கொள்கைகள், இவ்வறிவியல் கொள்கைகளை கிரகித்துக் கொண்டு வளர்ச்சி பெற்று வரும் மார்க்சீய தத்துவம், இவற்றினின்று அவருடைய நாத்திகம் விலகியே நிற்கிறது. இதுவே அதனுடைய பலவீனம்.

தமிழக மார்க்சீயவாதிகள், முற்போக்காளர்கள் அவருடைய நூற்றாண்டின்போது, அவருடைய நாத்திக வாதத்தை ஆராய்ந்து, அதன் பலத்தையும் பலவீனத்தையும் அறிந்து, பெரியாரின் நாத்திகக் கருத்துக்களை மார்க்சிய தத்துவத்தின் அடிப்படையில் கற்று, அறிவியல் அறிவின் முடிவுகளோடு இணைத்துப் பிரச்சாரம் செய்ய வேண்டும்.